பிச்சிப் பூ

(நாவல்)

பொன்னீலன்

நியூ செஞ்சுரி புக் ஹவுஸ் (பி) லிட்.,

41-பி, சிட்கோ இண்டஸ்டிரியல் எஸ்டேட்,

அம்பத்தூர், சென்னை- 600 050.

☎: 044 - 26251968, 26258410, 48601884

Language: Tamil
PITCHI POO
(Novel)

Author: **Ponneelan**

First Edition: April, 2019

Second Edition: September, 2020

Copyright: Publisher

No.of Pages: 76

Publisher:
New Century Book House Pvt. Ltd.,
41-B, SIDCO Industrial Estate,
Ambattur, Chennai - 600 050.
Tamilnadu State, India.
email: info@ncbh.in
Online: www.ncbhpublisher.in

ISBN. 978 - 93 - 8897 -310 -6

Code No. A 4106

₹ 70.00

Branches

Ambattur (H.O.) 044 - 26359906 **Spenzer Plaza (Chennai)** 044-28490027
Trichy 0431-2700885 **Pudukkottai** 04322- 227773 **Tanjore** 04362-231371
Tirunelveli 0462-4210990, 2323990 **Madurai** 0452 2344106, 4374106
Dindigul 0451-2432172 **Coimbatore** 0422-2380554 **Erode** 0424-2256667
Salem 0427-2450817 **Hosur** 04344-245726 **Krishnagiri** 0434-3234387
Ooty 0423 2441743 **Vellore** 0416-2234495 **Villupuram** 04146-227800
Pondicherry 0413-2280101 **Nagercoil** 04652-234990

பிச்சிப் பூ

(நாவல்)

ஆசிரியர் : பொன்னீலன்

முதல் பதிப்பு: ஏப்ரல், 2019

இரண்டாம் பதிப்பு: செப்டம்பர், 2020

அச்சிட்டோர்: பாவை பிரிண்டர்ஸ் (பி) லிட்.,
16 (142), ஜானி ஜான் கான் சாலை, இராயப்பேட்டை, சென்னை - 14
☎: 044-28482441

All rights reserved. No part of this book may be reprinted or reproduced or utilised in any form or by any electronic, mechanical, or other means, now known or hereafter invented, including photocopying and recording, or in any information storage or retrieval system, without permission in writing from the publishers.

அன்பின் அடையாளமாக...

இந்த நாவலை எழுதும்படி
என் உணர்வில் முதல் விதை தூவிய
அருமைத்தம்பி சி.சொக்கலிங்கத்தின்
அன்பின் அடையாளமாக.

பிச்சிப் பூ

1

மூர்த்தியார் நல்ல உயரம். எடுப்பான கருப்பு நிறம். நெஞ்சு விரிஞ்சி, ரெண்டு பக்கச் சதையுந் திரண்டு, விளைஞ்ச பூவரசம் பலகை போல மினுமினுப்பா இருப்பாரு. அவர் வயிறோ, ஆலிலை போல ஒடுங்கி, அலையலையா இறுகி, உள்வாங்கியிருக்கும். நிமிந்து நின்னா அவர் கல்லுச் சிலைதான். பொம்பளைகளே பொறாமைப்படுற மாதிரியாக் கன்னங்கள்லயும் பின்னந்தலையிலயும் சுருள்சுருளா நெருங்கிப் படந்து கிடக்கிற அடர்த்தியான கருப்பு முடி. எடுப்பான மூக்குக்குக் கீழே கருப்பு மீசைய மேல் நோக்கித் திருகி விட்டிருப்பாரு.

மூர்த்தியாருக்கு வயசு 35 இருக்கலாம். ஆனா இருபத்தஞ்சிக்கு மேல சொல்ல முடியாது. அப்பிடி ஒரு தோற்றம். நிமிந்து நின்னா, அவர் உடம்பப் பாத்து விடலைப் பயலுக வாயப் பிளப்பானுக. திடீர்னு அவரப் பார்த்தா யாருக்கும் ஒருவகை அச்சம் உண்டாகும். ஆனா, வலியச் சண்டைக்கிப் போக மாட்டாரு. எவனாவது வம்புச் சண்டைக்கு வந்தாலோ, ஆகாயத்தில தூக்கி அப்பிடியே மூணு சுத்துச்சுத்தி வீசிடுவாரு.

அம்மங் கோவிலுக்குக் கிழக்கால ஒரு வேப்ப மரம் நிக்கி. நாலு பேர் கட்டிப் பிடிச்சாலும் கைகளுக்கு அடங்காது, அவ்வளவு பெரியமரம். அந்த மர நிழலுல ஒரு மாப்பிள்ளக் கல்லு காலங்காலமாக் கிடக்குது. பந்து போலப் பெரீசா உருண்டு திரண்ட கல் அது.

இம்மாதிரிக் கல்லுக அக்காலத்தில எல்லா ஊர்கள்லயுங் கிடக்கும். மாலையுங் கழுத்துமாக் கொட்டு, கொலவையோட ஊருக்குள்ள நுழையிற மாப்பிள்ள, முதல்ல செய்ய வேண்டியது, இந்த மாப்பிள்ளக் கல்லத் தோளுக்குத் தூக்கிப் பின்னால மறிக்கிறது தான். அப்புறந்தான் ஊர்க்கார மாப்பிள்ளை வீட்டு ஆளுககிட்ட இருந்து மூணு கட்டு வெத்தலை, மூணு பிடி பாக்கு வாங்கி, மாப்பிள்ளைய ஊருக்குள்ள அனுமதிப்பாக. பல மாப்பிள்ளக அந்தக் கல்ல வயித்துக்கே தூக்க ஏலாமத் திண்டாடுவாக. கூட வந்த இளவட்டப்பயலுக நாலுபேர் மாப்பிள்ளைக்கு ஒத்தாசயா, மாப்பிளக் கல்லத் தூக்கி, மாப்பிள்ளைக்குத்

தோள் வழியே மறிக்கிறதுக்குள்ள, உடம்பு வியர்த்துத் தண்ணி தண்ணியா ஊத்திரும்.

அந்தி சாயிற நேரமாயிட்டா, ஊர்ல உள்ள இளவட்டப் பயலுக அம்புட்டுப்பேரும் அந்தக் கல்லச் சுத்தித்தான் கூடிக் கிடப்பானுக. கல்ல முழங்காலுக்குத் தூக்குறவனும், வயிறு வரத் தூக்குறவனும், நெஞ்சுல உருட்டுறவனுமாக் கல்லோட மல்லுக்கட்டிக்கிட்டுக் கெடப்பானுக. அதத் தோளுக்குத் தூக்கிப் பின்னால மறிக்கிறது லேசான காரியமா?

மூர்த்தியாரோ தோள்த் துண்டத் தலையில சுத்திக் கட்டிக்கிட்டு, அந்தக் கல்ல ரெண்டு கையாலயும் பிடிப்பாரு! "ஊப்!" கல்லு வயித்துல உருண்டு நெஞ்சில ஏறிரும். இன்னும் ஒரு ஊப்!. அது தோளுக்குத் தாவி, முதுகுக்குப் பின்னால பொத்துன்னு விழும். அந்த நேரம் அவர் உடம்புல உள்ள சதைக முறுகித் திரண்டு விறைச்சி நிக்கிறதயும், அங்கிட்டும் இங்கிட்டும் சதைக் கோளங்க நகருறதயும் பாத்துச் செருவ மறைவுகள்ல நின்னு வயசுக்கு வந்த கொமருக பெருமூச்சு விடுவாளுக.

அந்தக் காலத்தில வசதியானவுகதான் தோல் செருப்பு போடுவாக. சாதாரணப்பட்டவுக போடுறது அடியோலை. அடியோலைன்னா என்ன? ஒவ்வொரு காலுக்க அளவுக்கும் பனயோலையால தடுக்குப் போலப் பின்னி, பன நாருல வாரு போட்டு, ஆளுக பயன்படுத்தக்கூடிய செருப்பு. வசதிக்குத் தக்கச் சாதா ஓலயயோ, குருத்தோலையயோ, நீள வாக்குல வார்ந்து, சாயத் தண்ணீயில அவிச்சிச் சாய ஓலையாப் பயன்படுத்தவும் செய்வாக. சாய ஓலைக்குக் கீழ வெள்ளை ஓலைகளக் கொடுத்துப் பொத்திப் பொத்தி வசதி உள்ளவுக அடியோலைய மெத்த போலக் கனமா அமைச்சிக்கிடுவாக, மேல் வாருக்குப் பதிலா பன நார அருமையா வார்ந்து முடிச்சுப் போட்டுப் பயன்படுத்துவாக. நடக்கதுக்குப் பஞ்சு போல இருக்கும். பொடி சுடாது. வயசான தாத்தாமாரும் பாட்டி மாரும் இந்த அடியோலைகளப் பலவித நிறங்கள்ல பின்னிப் பிடி நாரும் போட்டுப் பிள்ளைகளுக்கும் பேரப்பிள்ளைகளுக்கும் கொடுப்பாக. பனைவிளைப் பெரியவரு ஒருத்தர். போலிசுக்காரரு போடுற மாதிரி மூடு செருப்பு பின்னிப் பிள்ளைகளுக்கும் பேரப் பிள்ளைகளுக்கும் கொடுப்பாரு. அதுக பெருமையாப் போட்டுக்கிட்டு அலையும்.

மூர்த்தியாரு இந்த அடியோலையில திருப்தி அடைய மாட்டாரு. காட்டுல வளர்ந்து கிடக்குற மஞ்சனத்தி மரங்கள வெட்டி,

பாதத்துக்குப் பொருத்தமாக் கட்டைகள் செதுக்கி, உளி வச்சிச் சீவி, மரக்கட்டச் செருப்பு செய்வாரு. மரக்கட்ட செருப்புகள்ல ஓட்ட போட்டுத் தோலுக்குப் பதிலாக நாருல பிடிவாரு மாட்டிப் பொருத்துவாரு. அவருக்குப் பிடிச்ச மரங்கள் மஞ்சனத்தியும், எசலையும். அந்தக் கட்டைகள் காத்துப் போல அவ்வளவு லேசா இருக்கும். மரக்கட்டைச் செருப்பு போட்டுக்கிட்டா, எந்த முள்ளுக்காடு வழியாகவும் தைரியமா நடக்கலாம்.

மூர்த்தியார் சரியான சாப்பாட்டாளி. பெரிய்ய வெங்கலத் தளுவையில அவிச்சச் சிறு பயறு ஒரு அடுக்கு, அதுக்கு மேல தேங்காய்ப் பூவு ஒரு அடுக்கு. அதுக்கும் மேலத் திரும்பவும் அவிச்ச பயறு, அதுமேல தேங்காய்ப் பூவு, இப்படித் தளுவையில பயறும் தேங்காய்ப்பூவுமாக் கோபுரம் போலக் குவிச்சி வச்சிருக்கும்.

அம்பது சாளையச் சுட்டுச் செள்ளு சுரண்டித் தாயார் ஒரு தட்டுப் பெட்டியில தனியா வச்சிருவாக. பரண்ல கிடக்கக்கூடிய பெரிய வெட்டக் கருப்பட்டியில ஒண்ண எடுத்துக் கல்லுல தட்டி உடச்சி, அதையும் பக்கத்தில வச்சிருவாக. அந்த வெட்டக் கருப்பட்டி, மேல் தோலு புகைபடிஞ்சிக் கருப்பாத் தெரியும். உள்ளேயோ, தேன்ல பெசஞ்ச தினை மாவு போல மஞ்ச மஞ்சளா ருசியா இருக்கும். தின்னத் தின்ன ஆசை தீராது.

அவிச்ச பயித்துல ஒரு சிறங்க அள்ளி வாயில போடுவாரு மூர்த்தியாரு. கருப்பட்டியில ஒரு துண்டும் அதோட சேத்துக் கடிப்பாரு. சுட்ட சாளைய வாயில போட்டு, முள்ள உருவிப் பூனைக்கு போடுவாரு. மொத்தத்தையும் அனுபவிச்சித் தின்ன ஒரு நாளிய ஒண்ணர நாளிய ஆயிப் போவும். எல்லாந் தின்னு, ஒரு கலயம் கள்ளுங் குடிச்சி, எந்திரிச்சாருன்னா, அப்றம் சாயந்தரந்தான் ஆகாரம்.

இடிமுழக்கக் காலங்கள்ல ஓடங்காடுகளுலயும் கொளிஞ்சிச் செடி படந்த இடங்கள்லயும், பூமிக்கி மேல நீண்டு, முட்டைத் தலையும் ஒத்தக் காலுமாக் காளான்க முளைச்சி நிக்கும். மூர்த்தியாரு காலையில எந்திரிச்சிக் காடு பூரா அலைஞ்சி, ஒரு பெட்டி நிறைய காளான் பிடுங்கிட்டு வந்துருவாரு. காளானுக்க அடி மண்ணச் சுரண்டிக் கழுவி, நறுக்கி, அதோட உள்ளி, பச்ச மௌகா, கணக்கா அரிஞ்சி போட்டு, உப்பு, சீரகம் சேத்துச் சட்டியில எண்ணெய் விட்டு, இதுகளப் போட்டு வதக்குவாரு. வெந்த காளான் நல்ல வாசமா இருக்கும். சின்னதுகளுக்கும் கிழடுகளுக்கும் ஆளுக்கொரு பூவரச இலயில அள்ளி வச்சிக் கொடுத்துத் தானும் தின்னுவாரு மூர்த்தியாரு. இறச்சி

மசாலையும் உப்பு மிளகுஞ் சேத்து அதக் கறியா வச்சிச் சாமைச் சோத்துல விட்டுத் தின்னா, அது வேறுவகையான ருசியா இருக்கும்.

2

மூர்த்தியாருக்கு அண்ணன்மார் ரெண்டு பேரு. மூத்தவர் பெரிய நீலன், அடுத்தவர் சின்ன நீலன். மூணு பேரையும் படிக்கப் போடணும் என்னுதான் தகப்பனார் சாமிக்கண்ணு ஆசப்பட்டாரு. அந்த ஆசையில, மூத்தவன் பெரிய நீலன ஊருக்குக் கிழக்கால இருக்கக் கூடிய கோயில்விளை வேதகாரப் பள்ளிக்கொடத்தில சேர்த்தாரு.

அந்தப் பள்ளிக்கூடத்துல காலை எட்டு மணிக்கே மணியடிச்சிரும். பிள்ளைகள் வந்ததும், வாத்தியாரு வேதபுத்தகம் வாசிப்பாரு. வாசிச்சி விளக்கஞ் சொல்லுவாரு. ஏசுநாதர் செய்த நல்ல காரியங்களச் சொல்லுவாரு. அவர் பட்ட பாடுகளச் சொல்லுவாரு.

அந்த வேதக்கார வாத்தியாரு நல்லாப் பாடவுஞ் செய்வாரு. ஏசுநாதர் பட்ட துயரங்கள

எங்கே சுமந்து போகிறீர் - சிலுவையை நீர்

எங்கே சுமந்து போகிறீர்......

தாயார் அழுது வர....

சார்ந்தவர் பின் தொடர....

என்னு அவர் பாடும் போது வகுப்புப் பயலுக பலர் கண்ணீர் விட்டு அழுதுருவானுக.

சிலுவையை ஏசுநாதர் சுமக்குங் காட்சியை வாத்தியார் பாட்டாப் பாடும் போது, பெரிய நீலன் விம்மி விம்மி அழுவான்.

நாளாக நாளாக ஏசுநாதர்தான் மெய்யான தேவன் என்கிற எண்ணம் பெரிய நீலன் மனசில உறுதிப்பட்டுக்கிட்டு வந்தது. அதுக்குத் தோதா வாத்தியாரு ஒரு புதிய ஏற்பாடு புஸ்தகத்தயும் அவனுக்குக் கொடுத்தாரு. அந்தப் புஸ்தகம் அவனுக்கு ரொம்பப் புடிச்சிப் போச்சி. தினசரி வெளக்கேத்தினதும் அத வாசிப்பான்.

வாசிச்சி வாசிச்சி, அவன் நடவடிக்கைக மாறத் தொடங்கிச்சி. நேரங் கிடைக்கும் போதெல்லாம் பனங்காட்டுக்குப் போயி, வானத்தப் பார்த்தப்படி உட்கார்ந்திருப்பான். காலையில தாயார் அவன் நெத்தியில பூசி விட்டத் திருநீத்தத் தாயார் கண் மறைஞ்சதும் அழிச்சிடுவான்.

எத்தன மொற தாயார் பூசி விட்டாலும், திரும்பத் திரும்ப அழிப்பான். தாயாருக்கு ரொம்ப வருத்தமாயிரும். பனங்காட்டுக்குப் போயித் திருப்பவும் திருநீறு பூசி விடுவாக. அம்ம திரும்பினதும் திருநீத்தத் தொடச்சிருவான் பெரிய நீலன்.

வானத்தப் பாத்துக்கிட்டே உக்காந்திருப்பானா, என்னத்த மக்கா அங்க பாக்குயான்னு தாயார் கேட்டா, பிதா என்னய அழைக்கிறாரு, என்பான். பிதான்னா யார் மக்கான்னு தாயார் கேட்டா, அவர்தான் மெய்யான தேவன் என்பான்.

அப்ப நம்ம முத்தாரம்ம?

நாம கும்புடுறதுக எல்லாமே பேய் என்பான்.

அய்யோ மோனே, தெச தவறிப் போயிட்டியே! என்னு தலையில அடிச்சி அழுவாக தாயார். இந்தக் கசப்புல மத்த ரெண்டு பயலுகளையும் பள்ளிக்கூடத்துக்கே அனுப்பல சாமிக்கண்ணு.

ஒரு நாளு விளக்கேத்தின நேரம், வெள்ளை வெள்ளேருன்னு பாவாடையுஞ் சட்டையும் ஒண்ணாத் தச்சிப் போட்டுக்கிட்டு, ஒரு நெட்ட மனுசர், சாமிக்கண்ணு வீட்டுக்கு வந்தாரு. சாமிக்கண்ணுக் கிட்ட "நாந்தான் கோயில்விளை வேதக் கோயில் உபதேசியாரு" என்னாரு. இன்னும் என்னென்னமோ பேசினாரு. அவரு போட்டிருந்த துணியப் பார்த்துப் பயந்த பிரமசக்தி, படபடன்னு திண்ணையில பாய் விரிச்சாக. கொஞ்ச நேரம் அந்த வீட்டு நிலமைகள விசாரிச்சிக் கிட்டிருந்த அவர், திடீர்னு எந்திரிச்சிக் கிழக்கே பாத்து ரெண்டு கையையும் தூக்கினாரு.

"பரமண்டலத்திலிருக்கும் எங்கள் பிதாவே, உம் திருக்கருணையால் இந்த வீட்டின் மூத்த பிள்ளை பெரிய நீலனை ரட்சித்தீர். இதே போல அஞ்ஞான இருளில் உறைந்து கிடக்கும், இந்தக் குடும்பத்தின் இதர மனுசர்களையும் ரட்சித்துக் காக்க அருள் புரிவீர்" என்னு மன்றாடினாரு. அன்னிக்கிப் பாக்க மேகம் நெறஞ்சி, வானம் இருட்டிக் கிடந்தது. நச்சத்திரங்க கூடக் கண்ணுக்குத் தட்டுப்படல்ல.

உபதேசியாரு ஒரு ஓலையில சிலுவ போட்டு எதுவோ எழுதி, சாமிக்கண்ணு கிட்டக் கொடுத்தாரு.

இதப் பத்திரமா வச்சிக்கிடும். அதிகாரிமாரு இதப்பாத்தா பயப்படுவாவ. ஒம்மள அதட்டமாட்டாவ. அனியாய வரிக கேக்க மாட்டாவ. எதாவது பிரச்சினை வந்தா உடனே எனக்குத் தகவல் கொடும்.

ஓலைய வாங்கி இடுப்புல செருகிக்கிட்டாரு சாமிக்கண்ணு.

பிரமசக்தி தன் வீட்டுக்குப் பெறம நெருப்பு வளர்த்து, அஞ்சாறு கொல்லாங்கொட்டை சுட்டு, உடைச்சி, அதயும் ஒரு கருப்பட்டியையும் தட்டுப் பெட்டியில போட்டு, சுக்கு, மல்லித் தண்ணீயும் கொண்டுக்கிட்டு வந்து, உபதேசியார் பக்கத்தில வச்சாக.

சாமிக்கண்ணோ, முட்டக் கட்டிட்டுக் கொரங்கு போல வருத்தமாத் திண்ணையில உட்காந்திருந்தாரு. இங்க நடக்குறது எதுவும் அவருக்குப் புடிக்கல்ல. இது தப்பு, நம்மள வேரோட புடுங்கச் சதி நடக்குது, என்குற எண்ணம் அவர் மனசுக்குள்ள ஓடிக்கிட்டே இருந்தது. அத விட முக்கியமா, தன் மூத்த மகன் பெரிய நீலனை இழந்துட்டமே! என்குற சோகம், அவர ஆட்டிச்சி.

3

பெரிய நீலனுக்குப் பேரின்பன் அப்பபடின்னு பேரு வச்சாரு உபதேசியாரு. "பரமண்டலத்திலிருக்கும் பிதாவின் திருநாமத்தால் இவன் இன்று முதல் பேரின்பன் என்று அழைக்கப்படுவான்" என்று உபதேசியார் ஆசிர்வதிச்சாரு, சாமிக்கண்ணுக்கோ நொங்கும் பனங்காயுமாக் கொத்துக் கொத்தாக் காய்ச்சிக்கிடக்கக் கூடிய தன் முற்றத்துப் பருவப் பனையில இடி விழுந்தது போல ஆயிற்று. போயிட்டானே... மூத்த பய! அம்மனுக்குப் பூச வைப்பான்னு நம்பிக்கிட்டிருந்தேனே!. இனி அம்மனுக்கு யார் பூச வைப்பா? முத்தாரம்ம வருத்தப்படுவாளே? மனசுக்குள்ளே பலவாறு புலம்புனாரு அவரு.

உள்ளூர் படிப்பு முடிச்சிப் பெரிய நீலன் என்கிற பேரின்பன நாகர்கோயில இருக்கக்கூடிய கல்கோயில் பள்ளிக்கூடத்தில ஆறாம் வகுப்புல சேர்த்தாரு உபதேசியாரு. ரொம்பப் பீசு கட்டணும் அதுக்கு. உபதேசியாரே, தன் சபையில சொல்லி எல்லாத்துக்கும் ஏற்பாடு செய்திட்டாரு. அது ஒரு இங்கிலிசுப் பள்ளிக்கூடம். எல்லாப் பாடமும் இங்கிலிசில தான் சொல்லிக் கொடுத்தாக. இங்கிலிசுன்னா என்ன? அது வெள்ளக்கார பாச. நம்மள ஆளக்கூடியவனுக்க பாச. உலகம் பூராவையும் அடக்கி ஆளுற பாச.

கல்கோயிலுல எட்டாங் கிளாஸ் முடிச்சி, எட்டாவது பரிச்சையில தேறி, சர்ட்டிபிக்கேட் வாங்கிட்டாப் போதும். வெள்ளக்காரன் ஆளுற எந்த ராச்சியத்துக்குப் போனாலும் வேலை கிடைக்கும். நம்ம நாட்டுல கூட தேயிலைத் தோட்டம், காப்பித் தோட்டம், எல்லாத்திலையும் வேலை பாக்க இந்த சர்ட்டிபிக்கேட்டு மட்டுமே போதும்.

ஆனா பேரின்பன் அதிலயெல்லாம் திருப்தி அடையல்ல. எட்டாவது முடிச்சிப் பத்தாவதும் முடிச்சான். அப்பதான் ஸ்காட் கிறிஸ்தவக் காலேஜ் என்கிற அரைக் காலேஜ் நாகர்கோயில்ல முளைச்சது. அங்க இன்டர்மீடியட் படிப்பையும் படிச்சி முடிச்சான் பேரின்பன். அவனுக்கு பி.ஏ படிக்கணும்னு பேராசை. அப்ப பி.ஏ படிக்க ஒன்னு திருச்சிக்குப் போணும். அது பெருஞ் செலவு. அல்லது திருவனந்தபுரம் போணும். அங்கேயும் பி.ஏ படிப்பு அந்த நேரம் வந்திட்டு. அவனக் கிறிஸ்தவ சபை திருவனந்தபுரத்துக்கு அனுப்பிப் படிக்க வச்சது. திருவனந்தபுரம் காலேஜில அவன் பி.ஏ படிப்புல ஒன்னாவதா வந்தான்.

அன்னக்கித் திருவனந்தபுரத்தில ஒரு விபரீதம் நடந்தது. திருவாங்கூர் ராச்சியத்தில இருந்து முத முத பி.ஏ படிச்சவுக ரெண்டு பேரு. ஒருத்தரு நாயரு. இன்னொருத்தரு ஈழவரு. நாயர் சாதியச் சேர்ந்தவர அன்னிக்குள்ள மகாராஜா ரொம்ப கௌரவமா மேளதாளத்தோட ஆனையில ஏத்தி அரண்மனைக்கு அழைச்சி, அரண்மனையில மகாராஜாவே அவர வரவேற்று, அவருக்கு உடனடியாத் தாசில்தாரர் வேலை போட்டுக் கொடுத்தாரு. நம்ம நாட்டுக்காரளுக்கு அன்னு கிடைக்கிற மிக உயர்ந்த சோலி அன்னிக்கித் தாசில்தார் சோலிதான். அதுக்கு மேச்சோலி எல்லாம் வெள்ளக் காரமாருக்குத்தான்.

அதப்போல முதல் முறையா பி.ஏ முடிச்ச ஈழவச் சாதிய சார்ந்த பையனுக்கு யாரும் வரவேற்புக் கொடுக்கல. அந்தப் பையனுக்கு ரொம்ப வருத்தமாப் போச்சி. ராஜாவுக்கு ஒரு விண்ணப்பம் கொடுத்தாரு. என்னயப் போல பி.ஏ படிச்ச நாயர் பையன அரண்மனையில வரவேற்றுத் தாசில்தாரர் வேலை கொடுத்திருக்காரு மகாராஜா. எனக்கும் அவன் மாதிரி ஒரு வேலை கொடுக்கணும் என்று கேட்டாரு.

ராஜா அவருக்க விண்ணப்பத்த வாங்கி, மந்திரி கிட்ட கொடுத்தாரு. மந்திரின்னா அன்னிக்கி திவான். திவான் அந்த விண்ணப்பத்தப் படிச்சிப் பாத்துக்கிட்டு, அவரக் கூப்பிட்டு விட்டாரு. வேலை கிடக்கிற ஆசையில ஓடிப் போனாரு அவரு. உன்னுடைய சாதிக்குத்தக்க உள்ள சோலி தென்னை மரம் ஏறுற சோலிதான். நீ தென்னைமரம் ஏறிப் பிழைச்சிக்க என்னு சொல்லிட்டாரு.

திவானுக்கப் பதிலக் கொண்டுக்கிட்டு அந்த ஈழவரு ராஜாக்கிட்ட ஓடுனாரு. ராஜா சொன்னாரு: எப்பா, இங்க ஒரு பக்கம் பிரிட்டீசு தர்மம், இன்னொரு பக்கம் மனுதர்மம், இப்பிடி ரெட்டை தர்ம ஆட்சி

நடக்குது. நீ ஈழவன் எங்கதுனால, சர்க்கார் வேலை கிடைக்காது. ஏனுன்னா, சர்க்கார் வேலையில இருக்கவன் சர்க்கார் ஆபீஸ்க, கோயில்க எல்லாத்துக்குள்ளேயும் போக வர வேண்டியதிருக்கும். அது உயர்சாதிகளுக்கும், கிறிஸ்தவரா மாறுனவியளுக்கும் மட்டுமே உரிமைப்பட்டது. நீ இந்து. அதனால உனக்கு அரசாங்க வேலை கிடைக்காது. அப்படி உனக்கு அரசாங்க வேலை பாக்கணுமுன்னு விருப்பம் இருந்தா, நீ கிறிஸ்தவனா மாறிக்க. கிறிஸ்தவனா மாறுனா, உனக்கு அரசாங்க வேலை தரலாம், என்னாரு.

சே... இது என்ன நாடு. நான் நானான இருந்தா அரசாங்கம் வேலை தராதாம். வேலை வாங்கணுமானா நான் கிறிஸ்தவனா மாறணுமாம்!.

ரொம்ப வெறுத்துப் போச்சி அந்த ஈழவப் பையனுக்கு.

4

படிப்பு முடிச்சதும், பெரிய நீலன் என்கிற பேரின்பனுக்கு வேதத்தில இருந்து பெண் கொடுக்க நான் நீ என்னு பலர் போட்டி போட்டாக. படிப்பும், அழகும், நல்ல குணமும், குடும்பமும், வாத்திச்சிச் சோலியும் உள்ள ஒரு பெண்ணை எல்லாருமாச் சேந்து கட்டி வச்சாக. அவ பேரு எஸ்தர்.

எஸ்தாரு ஆளு ரொம்ப சூட்டிகையானவ. வீட்ட நடத்துறதுல, வீட்டுக்கு வாற ஆளுக்கள உபசரிக்கிறதில ரொம்ப சாமர்த்தியசாலி. சும்மா இருக்கக்கூடிய நேரத்தில லேஸ் பின்னுவா. தேவைப்பட்ட பொம்பளையளுக்குப் பாவாடை சட்டை தச்சிக் கொடுப்பா. வாத்திச்சி வேலையில வருமானம், பாவாட சட்ட தச்சி வருமானம், எல்லாஞ் சேந்து வீடு செழிச்சது.

நாலாவது வருசம் எஸ்தாருக்குச் சத்திய நேசன் என்கிற ஆணும், ஆறாவது வருசம் சத்தியவதி என்கிற பெண்ணும் பிறந்தாக. குடும்ப வாழ்க்கை குடும்பத்துக்குத் தரக்கூடிய மிகப் பெரிய செல்வம், அவிக கொஞ்சி விளையாடிப் பெத்தெடுக்குற குழந்தைகதானே!. அந்தக் குழந்தைக அறிவும், அழகும், சுறுசுறுப்பும் புத்திசாலித்தனமுமா அமைஞ்சிக்கிடுமானா குடும்பம் சீரோடுஞ் சிறப்போடும் மேல் நோக்கி வளருறதுக்கு யாரக் கேக்கணும்?. சத்திய நேசனும் சத்தியவதியும் ஆண்டவன் அவுகளுக்குக் கொடுத்த அருமையிலும் அருமையான வெகுமதிக.

அந்த நேரம் மீட் என்கிற மத போதகர் தென் திருவிதாங்கூர் பகுதியில கிறிஸ்தவ மதப் பிரச்சாரத்துக்காக வெளிநாட்டுல இருந்து

வந்தார். தமிழ்ச் சாதிகள்ல உயர்ந்தவரை அய்யர் என்னு சொல்லுறத வச்சி, கிறிஸ்தவமாரும் தங்கள் மதத்துல தொண்டு செய்ய வாற உயர்ந்த உபதேசியார்மார அய்யர் என்னே சொன்னாக.

மீட் அய்யர் நிசமாகவே தமிழ்ச் சாதிகளுக்குத் தொண்டு செய்ய வந்த ரொம்பப் பெரிய மனுசர்தான். அவருடைய முதல் ஆச தீண்டாமைய ஒழிக்கிறது. முக்கியமா அன்னிக்கிச் சமூக அடுக்கு நிலையில ரொம்ப ரொம்பக் கீழே இருந்த புலையர் சனங்களத் தூக்கி விடுறதே அவர் பேராச.

ஒரு தடவ அவரு ரோடு வழியே வந்துகிட்டு இருந்தாரு. ஒரு பக்கம் பெரீய்ய குளம். மறுபக்கம் எல்லை இல்லாமப் பரந்து கிடந்த வயக்காடு. இவ்வளவு செழிப்பான பூமியில, பரட்டத் தலையும் ஊள மூக்குமா ஒரு குழந்த அம்மணமா அழுதுக்கிட்டே நின்னதப் பாக்க மீட் அய்யர் மனச உறுத்திச்சி. குதிரையில வந்துக்கிட்டிருந்த அவரு குதிரைய விட்டு இறங்கி, அந்தக் குழந்தைக்கிட்டே போனாரு. அவரு பேசுற ஒண்ணும் அந்தக் குழந்தைக்குப் புரியல்ல. திருதிருன்னு முளிச்சி. வயல் வரப்புல தாழம்பூக் குடை புடிச்சிக்கிட்டு நின்ன ஜென்மியப் பார்த்து மீட் அய்யர் கேட்டாரு. அய்யா, இது யார் குழந்தை?. எனக்கு இந்தக் குழந்தையை விலைக்குத் தரலாமா?

ஜென்மி சிரிச்சாரு. அய்யா, இது ஒரு அனாதக் குழந்த. அதுக்க அம்மையையும் அப்பனையும் அடிமைச் சந்தையில தனித்தனியா வித்துப்புட்டேன். இத வாங்க ஆளு இல்ல. அனாதையா அழுதுக்கிட்டுத் திரியிது. நீங்க இதுக்கு விலை எதுவும் கொடுக்க வேண்டியதில்ல. சும்மாவே கொண்டு போங்க என்னாரு.

மீட் அய்யருக்கு ரொம்ப சந்தோசம். அந்தக் குழந்தையத் தன் வெள்ளை அங்கி மேலே தூக்கி வச்சிக்கிட்டு, நடந்தே நாகர்கோவிலுக்கு வந்தாரு. அங்க கல்கோவிலுல இருக்கக்கூடிய பெண்குழந்தை களுக்கான விடுதியில அவளச் சேர்த்தாரு. அவருக்கும் அவருக்க பொஞ்சாதி ஜோகன்னாவுக்கும் ரொம்ப சந்தோசம். பெரீய சாதனையச் செய்தது போல பெருமை.

இந்தக் குழந்த எப்படி இருக்குன்னு அதிகாலையில பாக்கப் போன அவர் பொஞ்சாதி ஜோகன்னா, அழுதுக்கிட்டே ஓடி வந்தாக. என்னான்னு கேட்டாரு மீட் அய்யர்.

இந்தியாவ நாம இன்னும் சரியாப் புரிஞ்சிக்கல்ல நண்பரே, என்னாக அந்த அம்ம.

என்ன அப்படிச் சொல்லுற?.

ஆமா. நாம ஒரு அனாதப் பிள்ளையப் பள்ளி விடுதியில சேர்த்தோமே. அந்த அனாதப் பிள்ளையக் கண்டு ராத்திரியோட ராத்திரியா மத்தப் பிள்ளைக எல்லாமே அவுக அவுக வீடுகளுக்கு ஓடிட்டு.

ஓ... அப்படியா? வருத்தப்பட்டாரு மீட் அய்யர்.

இனி ஒவ்வொரு சாதிக்கும் தனித்தனியா விடுதி கட்டுனாத்தான் இதுகளுக்குக் கல்வி கொடுக்க முடியும் என்னாக அவர் பெஞ்சாதி ஜோகன்னா.

சம்மதிச்சி அங்கங்கே விடுதிகளக் கட்டுனாரு மீட் அய்யரு.

5

வயசான பிறகு மீட் அய்யர் தென் திருவாங்கூர் பள்ளிக் கூடங்களுக்கெல்லாம் தலைமைக் கண்காணிப்பாளரா ஆனாரு. ஒவ்வொரு பள்ளிக்கூடத்தில இருந்தும் மாசந்தோறும் வருகிற அறிக்கைகள கவனமாப் பார்வையிட்டாரு. அப்பிடி அறிக்கைகளப் பார்வையிட்டுக்கிட்டு இருக்கையில பொன்னரை என்கிற ஊர்ல உள்ள பள்ளிக்கூடத்து அறிக்கையில, ஒரு புலையர் பெண்குழந்தை அந்த மாசம் அங்க சேர்க்கப்பட்டதாகத் தகவல் இருந்தது. அவருக்கு ஒரே சந்தோசம். உடனே குதிரையில ஏறி, மீட் அய்யர் அந்தப் பள்ளிக் கூடத்துக்கு ஓடினாரு.

அங்க பார்த்தா, ஒன்னாங் கிளாசுல ஒரு சின்னப் பெண் குழந்த ஆடை இல்லாம அழுக்கும் புழுக்குமா உக்காந்து இருந்தது. அந்தக் குழந்தகிட்ட போயி, அதுக்கு ரெண்டு பணம் கொடுத்தாரு மீட் அய்யரு. இதக் கொண்டு போயி அப்பா அம்மாகிட்ட கொடு. நாளையில இருந்து குளிச்சித் தலையில எண்ணெய் பெரட்டிச் சீவி, சடை போட்டுட்டு வா. சந்தைக்குப் போயி பாவாடையும் சட்டையும் வாங்கி, அதயும் போட்டுகிட்டு பள்ளிக்கூடத்துக்கு நேர்த்தியா வா என்னாரு.

புலையர் குழந்தையச் சேர்த்த எட்மாஸ்டருக்கு அவர் வேலை செய்யிற காலம் முழுவதும் மாசம் ஒரு பணம் ஊதிய உயர்வு கொடுத்து, உடனே ஆடர் போட்டாரு.

சத்திய நேசனும் சத்தியவதியும் ஒருத்தருக்கு ஒருத்தர் போட்டி போட்டுப் படிச்சாக. படிப்பு எங்கிறது ஏணி, சமதளத்துல வாழுற மனுசர மேல் தளத்துக்கு ஏத்திவிடுற ஏணி. எப்பவுமே தங்கள் தங்கள்

வகுப்புகள்ல முதல் மாணவராக ரெண்டு பேரும் இருந்தாக. அவுக திறமையும், மதிநுட்பமும், அன்பும், சாமர்த்தியமும், வெகு சீக்கிரத்தில பள்ளிக்கூடம் பூராப் பரவிட்டு. ஆண்டு விழாவுல நாலுக்கு மூணு பரிசுக இதுகளுக்குத்தான் கிடைச்சது. ரெண்டு பேரையும் பார்த்து ஆசிர்வாதம் பண்ணுறதுக்குப் பள்ளிக்கூடங்களுக்க வெள்ளைக்கார மானேசர் மீட் அய்யரே தன் பெஞ்சாதியையும் கூட்டிக்கிட்டு, வந்துட்டாரு.

எம்பது வயசுல இந்தக் கிழவனுக்கு மூணாம் பொஞ்சாதியா? எனச் சில வாத்திச்சிமார் திரும்பி நின்னு குசுக்குசுத்தாக.

சாதிவெறி புடிச்சி இப்படி ஏன் முணுமுணுக்குதிய?. ரெண்டாம் பெஞ்சாதியுஞ் செத்துப் போனதுனாலதானே அந்த மனுசன் மூணாம் தாரமாக் கட்டினாரு. அவரு ஒரு ஒடுக்கப்பட்ட சாதிப் பொம்பளையக் கட்டினா உங்களுக்கென்ன?, எப்பேர்ப்பட்டக் குடும்பத்தச் சேர்ந்தவிய அந்த அம்ம! அவிய பாடுனா ஏசுநாதரே வானத்தில இருந்து இறங்கி அவிய முன்னே வந்து நிப்பாரே. அதப்பாக்காமச் சாதிவெறியில ஏதேதோ பொலம்புறியளே, சாணாத்திக்கும் பறச்சிக்கும் என்ன வித்தியாசம்?. சை, இந்த மண்ணுக்குப் பிடிச்ச சாதிச் சாபக்கேடு எண்ணு மாறுமோ? என்னு பெருமூச்சுவிட்டாக சிலர்.

மீட் அய்யரும் அவர் பொஞ்சாதியும் பள்ளிக்கூடத்துக்குள்ள நுழைஞ்சதும், எட்மாஸ்டர் ரெண்டு பேரையும் குனிஞ்சி கும்பிட்டு வரவேற்றாரு. தயாரா வச்சிருந்த நொங்கும் மாங்காப்பிஞ்சும் போட்ட பயினியப் பட்டைகள்ல ஊத்தி, ரெண்டு பேருக்கும் வயிறாரக் கொடுத்தாரு. பருவமான நொங்கு முகங்களச் சீவி நொங்குகளப் பெருவிரலால தோண்டி, பட்டைகளுல போட்டு, ஓலை இலக்கக் கரண்டி போல நறுக்கி, ரெண்டையும் அவுகக் கைகளுல கொடுத்தாரு. ரெண்டு பேரும் ரசிச்சி ரசிச்சி நொங்குகள நிதானமாச் சாப்பிட்டாக.

அப்றம் ஒண்ணாம் வகுப்புல இருந்து, ஒவ்வொரு வகுப்பா அய்யரும் அவரு பொஞ்சாதியும் பாத்துக்கிட்டே வந்தாக. செம்மறிக் கூட்டத்துக்குள்ள வெள்ளை யானை நடந்த மாதிரி இருந்தது, வகுப்புகள்ல அவரு நடந்து வந்தது. அடேயப்பா வெள்ள வெள்ளேர்னு என்ன உயரம். என்ன நிறம்!.

பெரிய ஜிப்பாவுக்கப் பையில கையவிட்டுப் பணம் பணமா எடுத்தாரு மீட் அய்யர். பரட்டைத் தலையும் சளி மூக்குமா இருந்த ஒண்ணாங்கிளாசுப் பிள்ளைகளுக்கெல்லாம் ஆளுக்கு ஒரு சக்கரம் கொடுத்தாரு. நாள முதல் நல்ல முறையில குளிச்சித் தலை சீவி,

மூக்குச் சிந்தி, முகந் தொடச்சிச், சுத்தமா வரணும் என்னாரு. மேல் கிளாஸ் பிள்ளைகளுக்கெல்லாம் ஆளுக்கு ரெண்டு சக்கரங் கொடுத்தாரு. வளர்ந்த பொம்பளப் பிள்ளைக ஒவ்வொருவருக்கும் ஒவ்வொரு பணம், அதாவது ஏழு சக்கரம் கொடுத்தாரு.

மேல் உடம்பு மூடாம, முண்டமா இனி பள்ளிக்கூடத்துக்கு யாரும் வரப்படாது. சந்தைக்குப் போயி அளவு பாத்து, ரவுக்க வாங்கிப் போடுங்க. வளந்த புள்ளையளே, நீங்க, அதுக்கு மேல ரெண்டு முழத் தாவணியச் சுத்திப் பின்னால தொங்க விடுங்க. கவுரமாவும் இருக்கும். பாக்க லெச்சணமாவும் இருக்கும்.

ஆம்பளப் பிள்ளைக, பொம்பளப் பிள்ளைக எல்லாரையும் மரத்தடியில கூட்டி உக்கார வச்சி, ஆடை இல்லாத மனுசர் அரைமனுசர். ஆடைதான் மனுசர முழுமனுசராக்கும், என்னு அதுகளுக்க மனசத் தொடுற மாதிரி உபதேசிச்சாரு. ஆம்பளப் பிள்ளைகளயும் தல சீவி முகங்கழுவி அழகா வரச் சொன்னாரு.

தங்கள் பள்ளிக்கூடங்கள்ல பொம்பளப் புள்ளைகள் அதிகம் சேர்த்த வாத்தியாருக்கெல்லாம் அவங்க காலம் பூராவுக்கும் மாசம் ரெண்டு பணம் சம்பள உயர்வு கொடுத்தாரு. கடைசியாச் சத்திய நேசனையும் சத்தியவதியும் அவுக இருந்த வகுப்புகள்ல போய்ப் பாத்தாரு. படிப்புக்கு வெள்ளக்காரமார் கொடுத்த முக்கியத்துவம் அப்பிடி. ரெண்டு பிள்ளையளும் சாதாரணப்பட்டவுகளா? கோர்ட் சிரஸ்தாரா இருக்கக்கூடிய பேரின்பனுக்க மக்கள் அல்லவா! நாளை எப்பேர்ப்பட்ட ஆளுகளா வளருவாகளோ? முன்சீப்பாக் கூட வரலாம்.

6

சத்திய நேசன் நாகர்கோயில்ல படிச்சி முடிச்சிட்டு, மேல் படிப்புக்காகத் திருவனந்தபுரம் போனான். "நீ சட்டம் படி. பத்து வருசம் கோர்ட்ல வக்கீலா வேலை பாரு. உன்னைய ஜட்ஜ் ஆக்குறது என் பொறுப்பு", என்னாரு மீட் அய்யர்.

சத்திய நேசன் நல்லாப் படிச்சான். லா காலேஜிலயே முதல் மாணவனா வந்தான். சட்டம் படிக்கிற காலத்திலேயே, வாத்தியார்மார எதுத்துப் பேசினான். அங்க வாத்தியார்மார் எல்லாருமே ஒண்ணு வெள்ளக்காரமார் அல்லது மேல் சாதி ஆளுகளே. அவுக புகழுற சட்டங்கள இடிச்சிப் பேசினான் சத்தியநேசன். இந்தப் பழைய சட்டங்க புதிய காலத்துக்குப் பொருந்தாத கிழடு தட்டிப் போன சட்டங்கள்னு,

அடிச்சிச் சொன்னான். சமத்துவத்த நோக்கிச் சட்டங்கள வளர்க்கணும், சட்டம் என்கிறது காலந்தோறும் வளர்ந்து வரப்பட்ட சமூக வாழ்வுக்குப் பொருத்தமா மாறிக்கிட்டே இருக்கணும் என்பான் அவன். லா காலேஜில பிரின்சிபால் துரைக்கே இவன் பேச்சு ரொம்பப் புடிச்சிப் போச்சி.

படிப்பு முடிஞ்சதும் சத்தியநேசன லா காலேஜிலயே வாத்தியாராப் போட்டாரு வெள்ளக்காரப் பிரின்சிபாலு. அவன் பேரு நாலாபக்கமும் பரவிச்சி. பத்து வருசத்துல சத்திய நேசன் நாகர்கோயில் கோர்ட்ல பிரபல வக்கீல் ஆனான்.

முந்தின யுகங்கள்ல அடிச்சி நசுக்கிப் புதைக்கப்பட்ட அடித்தளங்களெல்லாம் மெல்ல மெல்ல எந்திரிக்கத் தொடங்குற புதுயுகம் பிறந்திட்டு. பூமி எங்கும் வெடிப்புகள் உண்டாச்சி. புதை குழிகளெல்லாம் வாய் பிளந்தது. அடையாளம் அற்றுப் புதஞ்சி போன பழைய உயிர்களெல்லாம் புது ரெத்தமும் புதுச் சதையுமா அந்த வெடிப்புகள்ல இருந்து தலைய உயர்த்தி எட்டிப் பாக்கத் தொடங்கிச்சி. இன்னுங் கூடப் புதைகுழிக வெடிச்சி மேல வர வேண்டியதுக நிறைய இருக்கு.

7

அந்த நேரம் நாகர்கோயில் கோர்ட்டுல ஒரு அதிசயம் நடந்தது. அந்தக் கோர்ட்டு லா சேம்பர் நீளமானது. அங்க நிலமை எப்படின்னா, நாலு விதமான நாற்காலிகள் கிடந்தது. அது என்ன நாலு விதமான நாற்காலி? நாலுவித வர்ணத்துக்கும் ஏத்தாப்புல நாலுவித நாற்காலிக!. உச்சச் சாதிக்கு மெத்த வச்சித் தச்சக் கைப்பிடி உள்ள நாற்காலி. அதுக்கு அடுத்தச் சாதிக்கு மெத்த வைக்காத கைப்பிடி நாற்காலி, அதுக்கு அடுத்ததுக்குக் கைப்பிடி இல்லாதச் சாய்வு நாற்காலி, கடைசிச் சாதிக்கு சாய்வுச் சட்டமே இல்லாத மொட்ட நாற்காலி.

ஒரு திங்கக்கிழமை காலையில கோர்ட்டு திறந்ததும் அந்த அதிசயம் நடந்தது. தக்கலைக்கு மேக்கே பள்ளியாடி எங்குற ஊர்ல இருந்து மழுங்கச் சிரைச்ச முகமும், குறுகத் தறிச்ச முடியுமா, ஒரு வெள்ளச் சட்டை போட்ட இளம் வக்கீலு லாச் சேம்பருக்குள்ள நுழைஞ்சாரு. நுழைஞ்சவரு குடுகுடுன்னு நடந்து தலத்தட்டுக்கே போயி, உயர்சாதிகளுக்காக மெத்த வச்சித் தச்ச முதல் கிளாஸ் கைப்பிடி நாற்காலியில கால்மேல கால் போட்டுச் சம்முன்னு உக்காந்தாரு.

அவ்வளவுதான், வானம் மடமடன்னு இடிஞ்சது, பூகம்பம் உண்டாச்சி. பூமி பிளந்தது. பூமியத் தாங்கிக்கிட்டு நின்ன எட்டுத் திக்கு மதயானையும் அதிர்ச்சி தாங்காமப் பிளிறிக் கூப்பாடு போட்டது. எல்லாரும் ஓடிவந்து லா சேம்பர உத்துப் பாத்தாக. என்னத்தச் சொல்ல? அந்தக் கட்டுமுட்டான மட்டச் சாதி மனுசர் உச்சச் சாதி மனுசர் உக்காரக் கூடிய நாற்காலியில கால்மேல கால் போட்டுக் கம்பீரமா உட்காந்திருந்தாரு.

யாரு இவரு? ஒருத்தர் இன்னொருத்தர் கிட்ட குசுகுசுப்பாக் கேட்டாரு.

"தெரியாதா, இவருதான் புது வக்கீலு நேசமணி. பள்ளியாடிக்காரரு. யாருக்கும் அஞ்சாதவரு".

ஓ.........அது இவருதானா?

இந்த நேசமணி கிட்டத்தான் சத்யநேசன் இளம்வக்கீலாப் பழகப் போனாரு.

தம்பி, சத்திய நேசா, சாதி பாக்காத, மனுசராப் பிறந்த எல்லாரும் சமமானவியதான். நல்லகாரியம் செய்யியவிய நல்ல சாதி. கெட்ட காரியம் செய்யியவிய கெட்ட சாதி. அது தன்னே காரியம். இது உன் மனசில உறுதியா இருந்தாச் சாதிப் பேயி தானா ஓடிப் போயிரும்.

நெருங்கிப் பழகப் பழக, நேசமணி பத்திச் சத்யநேசன் செவியில நிறையக் கதைகள் அடிபடத் தொடங்கிச்சி.

இப்பிடி ஒரு கத:

8

பாலையா ஒரு பனைத் தொழிலாளி. பாறை இடுக்குல அவருக்குன்னு ஒரு கூடு இருந்தது. அதில பெஞ்சாதியோடும் ஒரு மகளோடும் சந்தோசமா வாழ்ந்துக்கிட்டிருந்தாரு பாலையா. நல்ல உழைப்பாளி அவரு.

என்னக் கூடு அது? ஆமாமா, சொந்தக் கூடுதான்!. பாலையாவும் அவர் பொஞ்சாதியும் குருவிகளா மாறிக் கொஞ்சி விளையாடிச் சேர்ந்து வாழ்ந்துக்கிட்டு இருக்கதுக்காகக் கட்டின அருமையான குருவிக்கூடு. ரெண்டு சென்ட் அகலம் இருக்குமா? இருக்குமுன்னே வையுங்களேன். அதுக்குள்ள வாழுறது உயிரும் உடம்பும் உணர்வும் உள்ள ஒரு சோடிக் குருவி அல்லவா!

அந்தக் குருவிக்கூடு மேல கண்ணு வச்சாரு குட்டப்பன். குட்டப்பன் எப்பிடிப் பட்டவரு? ஆயிரம் குருவிக்கூடு கட்டலாம் அவர் பூமியில, அவ்வளவு நிலம் இருந்தது அவருக்கு. பறவைகள்லயும் அவரு செம்பருந்து.

சரி, அவருக்கு என்னப் பிரச்சினை?

அவர் பூமிய ஒட்டி இந்த ரெண்டு சென்டு நிலமும், அதுக்குள்ள அந்தக் குருவிக்கூடும் அமைஞ்சிருந்தது தான் பிரச்சினை. காலுல தச்ச முள்ளுபோல அது அவர ஓயாம உறுத்திக்கிட்டிருந்தது. அதப் புடிங்கி எறியிறதிலேயே குறியா இருந்தாரு அவரு.

ஒருநாள், மத்தியான நேரம். பொழுது உருகித் தீயா வடியிது. பனை வேலை எல்லாம் முடிச்சிக்கிட்டு, வீட்டுக்கு வந்துக்கிட்டிருந்தாரு பாலையா. அவர் மனசெல்லாங் குடிசைக்கே அவர இழுக்குது.

அப்பிடிக் குடிசையில என்னதான் இருக்கு?

அவருக்கச் செல்ல மக செல்லம்ம போன மாசந்தான் பெத்தா. மூக்கும் முளியுமா கருகருன்னு அருமையான பொம்பளப்புள்ள. கண்ணு ரெண்டும் அசல் கருவேப்பிலப் பழந்தான். அத்தன மினுமினுப்பு. அந்தக் கருவப்பழக் கண்ணு ரெண்டையும் பாத்துப் பாத்து பாலையாவுக்கு ஆச தீராது. கண்ணு மட்டுமா? கன்னங்குழிய அப்பப்ப அந்தப் பிஞ்சு தன்னால சிரிக்குமே, அந்தச் சிரிப்புக்காகவே பாலையா அது முன்ன காத்துக் கிடப்பாரு.

இது எல்லாஞ் சேந்து அவரக் குடிசைக்கு இழுத்தது. அவருக்க இடது தோளுல நீண்ட முருக்குத்தடி. அதுக்க முன்பக்கத்தில பருவமான நுங்குக் குலயும், பின்பக்கம் பயினி நிறைஞ்ச குடுவையும் தொங்குது. அவருக்க இடுப்புல அருவாப் பெட்டி கடகடக்குது. வீட்டுக்குப் போனதும், கைப்பிடி போட்டப் பாதி நிலா மாதிரி இருந்தப் பாளையரிவாள எடுத்து நுங்கச் சீவிக் கண்ணத் தொலக்கி, நுங்குத்தண்ணிய ஆள்காட்டி விரலால தொட்டுத் தொட்டு அந்தக் கருப்பு வைரத்துக்கச் சிவப்பு நாக்குல வைச்சா, அது நாக்க நீட்டிச் சுண்ட அசைச்சி, நக்கி நக்கிச் சப்புமே, அப்பப்பா, உலகத்தில அந்த அழகுக்கு நிகர் ஏது? அந்த அழகப் பாக்கதுக்காகவே பாலையா இந்த நுங்குக் குலையக் கொண்டுக்கிட்டு இந்த நட்ட நடு வெயிலுல இத்தன வேகமா வாறாரு.

தூரத்தில வரச்சிலயே, தன் குடிசையை ஆசையா எட்டிப் பாத்தாரு பாலையா. அட, இது என்ன மாயம்? குடிசயக் காணல்லியே? கண்ணத் துடச்சிகிட்டுத் திரும்பவும் பாத்தாரு. நெசந்

தான், குடிசயக் காணவே இல்ல!. கொஞ்சந் தள்ளி, குடிச இருந்த இடத்தில நாலு ஒடஞ்ச மூங்கித் துண்டும், கரிப்பிடிச்ச அஞ்சாறு பன ஓலையும் தாறுமாறாக் கிடந்தது. குடிச இருந்த இடத்தில கரிப்பிடிச்ச ரெண்டு மண் சட்டியும், ஒரு அலுமினியப் பானையும் உருண்டும் கமந்தும் கெடந்தது. எங்க கெடந்தது? குடிசை இருந்த இடத்துக்கு அப்பால, ஒரு பாறைய ஒட்டிக் கிடந்தது.

ஒரு புளியமரத்துக்கு அடியில. அவருக்கப் பெஞ்சாதியும், செல்ல மகளும் அவர் ஆசையோட நுங்குத் தண்ணீர் கொண்டு வந்தாரே, அந்தப் பிஞ்சும் சுருண்டு கிடந்தாக. பாத்தாரு பாலையா. வந்ததே கோவம். முருக்குத் தடிய அப்பிடியே கீழ போட்டாரு. அருவாப் பெட்டியில இருந்த பளபளக்கும் பாளையருவாள உருவிக் கையில எடுத்தாரு. பாளையருவா எப்பிடி இருக்கு? தீட்டித் தீட்டிக் கூர்மைப்பட்டு வெள்ளி நிலா போல இருக்கு. அருவாப் பெட்டியயும் அவுத்துத் தரையில போட்டாரு பாலையா. அந்தக் குட்டப்பன் வீட்டுக்கு ஒரே பாய்ச்சலா ஓடுனாரு.

“ஏலே குட்டப்பா, வாலே வெளியில!” வார்த்தைகளத் தீயாக் கக்குனாரு பாலையா.

எப்பேர்ப்பட்ட ஆளு இந்தக் குட்டப்பன்? தன்னக்கண்டா எட்ட நின்னு குனிஞ்சி கும்புடுற அற்பச் சாதிப்பய புள்ள இப்பிடிக் கேட்டுப்புட்டானே!. குட்டப்பனுக்கு வந்ததே கோவம். அற்பக் கழுவேறியின்ட மோனே, யாரடா பார்த்துக் குட்டப்பான்னு சொன்ன?

பட்டு வேட்டிய இடுப்புல தூக்கிக் கட்டிக்கிட்டு, உருண்டு திரண்ட தங்கக்கால்கள்ல கருப்பு மயிர் மினுமினுக்கத் தூம் தூமுன்னு எட்டி வச்சி, வாசலுக்கு வந்தாரு குட்டப்பன்.

அவ்வளவு தான், படியில தாவிக் கண்ணு இமைக்கிற நேரத்தில குட்டப்பன் தலையப் பாளையருவாளக் கொடுத்து ஒரே சீவாச் சீவுனாரு பாலையா. தலை அறுந்து படியில உருண்டு மண்ணுல விழுந்தது.

எவனாவது என்னயப் பிடிச்ச வந்திய, உங்களுக்கும் இதுதான்டா கதின்னு சத்தம் போட்டுக்கிட்டு ரெத்தந் தோய்ஞ்ச அருவாளோட அப்பிடியே ஓடுனாரு பாலையா.

9

எங்க ஓடுனாரு?

பள்ளியாடி ஊருக்கு.

"நேசமணி ஏமான் ஊடு எஞ்ச இருக்குவு?".

அன்னா, அந்த மேட்டுப் புளியந் தோப்புக்குள்ள இருக்குவு.

அந்த ரெத்தக்கற படிஞ்ச அருவாளோட புளியந் தோப்புக்குள்ள நொழஞ்சாரு பாலையா. அண்ணு நாயித்துக் கிழம. மத்தியான நேரம். தோளுல காக்கட்டயத் தூக்கிக்கிட்டு, ஒரு ஊரணிக்குள்ள இருந்து வெளியே ஏறிக்கிட்டிருந்தாரு நேசமணி. காக்கட்டைக்க ரெண்டு பக்கமும் ரெண்டு பெரிய்ய பனஓலத் தோண்டி. தோண்டி நிறையத் தண்ணி. ஒவ்வொரு தோண்டியும் ஒரு பானத் தண்ணி கொள்ளும். தூக்கிக்கிட்டு மேலே வந்துக்கிட்டிருந்த நேசமணிக்க முன்னால போய் நின்னாரு பாலையா.

"வக்கீல் ஏமானப் பாக்கணும்", தோள்ல கிடந்த துண்டக் கக்கத்துல இடுக்கிக்கிட்டுக் குனிஞ்சி கும்பிட்டாரு பாலையா.

"எவம்புல ஏமான்?" ஒரு வெடி வெடிச்சாரு நேசமணி. முதல்ல மனுசனா நிமிந்து நிச்சப் பழகுவுல. கக்கத்துல இடுக்கின துண்டத் தூக்கித் தோளுல போடுவுல. நிமிந்து நின்னு இப்பச் சொல்லுவுல.

"குட்டப்பன் ஏமான வெட்டிப்புட்டேன்".

"ஏமானா..?" சடார்னு பாலையாவுக்கக் கன்னத்தில ஒண்ணு போட்டாரு நேசமணி. குட்டப்பன் என்னு சொல்லுவுல. சொல்லு, குட்டப்பன நீ வெட்டிப் போட்டியா?".

"ஆமா, வெட்டிக் கொன்னுட்டேன்."

"கொன்னுட்டியா?. ஏன் கொன்னா?"

காரணஞ் சொன்னாரு பாலையா.

"அப்படியா? கொஞ்ச நேரம் யோசிச்சாரு நேசமணி. சரி, எதோ நடந்து போச்சி. ரொம்பச் சிக்கலான கேசு. நான் சொல்லுயது மாதிரி நீ செய்யணும். செய்வியா?"

"சரி".

அரக்காசு கூட பாலய்யா கிட்ட பீசு வாங்காமக் கேச நடத்தினாரு நேசமணி.

கேஸ் கீழ்க் கோட்டுல தோத்தது. நேசமணி விடல்ல. மேல் கோட்டுக்கு அப்பீல் பண்ணினாரு. அங்கேயும் தோத்தது. கடைசியில எர்ணாகுளம் அய்க் கோட்டுக்கே கேசு போச்சி. எவ்வளவோ முட்டி மோதிப் பாத்தாரு நேசமணி. செயிக்க முடியல்ல. தூக்குத் தண்டனைய மாத்தவும் முடியல்ல. அந்தக் கால நெலம அப்பிடி.

பாலையாவுக்குத் தூக்குத் தண்டனை உறுதியாயிட்டு. இனி என்ன செய்ய?

நீதிபதி தீர்ப்புச் சொன்னதும், நீதிபதியப் பார்த்துக் கேட்டாரு நேசமணி.

ஏமான், என் ஆளுக்கு என்ன தண்டன போட்டிருக்கிறிய?

தூக்குத் தண்டனை, ஓய்....

அப்படியா..! வெறுந் தூக்குத் தண்டனையா....

என்ன ஓய், உமக்குக் காது செவிடா? தூக்குத் தண்டனதானுன்னு எத்தனப் பிராவஸ்யம் சொல்லுகது?

ரொம்ப சந்தோசம், தூக்குத்தண்டன குடுக்கது சரி. ஆனா... ஒரு காரியம். நான் திரும்பத் திரும்பக் கேட்டேன். நீங்களும் என் ஆளுக்குத் தூக்குத்தண்டனதான் என்னு திரும்பத் திரும்பச் சொன்னிய. அதனால நான் இப்பச் சொல்லுயேன். எங்க ஆளுக்குத் தூக்குத் தண்டன தாராளங் குடுங்க. ஆன அவரு சாகப்படாது. அத நீங்க தீர்ப்புல சொல்லவே இல்ல".

அரண்டு போனாரு நீதிபதி. இது என்னடா? இப்பிடிக் கழுத்துப் பிடியாப் பிடிக்கிறாரே நேசமணி. பிடிச்சி, நம்மளக் கண்ணியிலயும் மாட்டி விட்டுட்டாரே! அப்பிடினு, அந்த ஆளுக்கு ஆயுள் தண்டனை குடுத்துச் செயிலுக்கு அனுப்பினாராம் நீதிபதி.

அதுக்குப் பிறகுதான் திருவாங்கூர் ராஜியத்துக் கோர்ட்டுகள்ல சாகும் வரை என்கிற வார்த்தைகளச் சேர்த்துச் "சாகும் வரை தூக்குல போடுறது", என்னு ஜட்ஜ்மாரு தீர்ப்பு எழுதினாகளாம்.

இப்பேர்ப்பட்ட நேசமணிகிட்டதான் குட்டி வக்கீலாப் போய்ச் சேர்ந்தாரு சத்தியநேசன். என்ன என்ன சாகசஞ் செய்யப் போறாரோ இவரு?

10

திடீருன்னு சின்னநீலனுக்குச் சூலை நோய் கண்டு, நடக்க ஏலாமலாச்சி. இத அறிஞ்ச பேரின்பன் தம்பியைத் தேடிக்கிட்டுப் பனவிளைக்கு வந்தாரு. முழுக்கால் சட்டை, முழுக்கைச் சட்டையெல்லாம் மாட்டி, அவர் முக்கா வெள்ளக்காரன் போல இருந்தார். வீட்டுக்கு வந்தவர், தன் கையில இருந்த கருப்புத் தோல் பையத் திறந்து, புத்தம் புதுசா ஒரு ஒத்தரூபா நோட்டுக் கட்ட எடுத்து, அதில இருந்து எண்ணிப் பத்து ஒத்த ரூபாயப் பிரிச்சித் தாயார்கிட்ட கொடுத்தாரு. பார்த்துகிட்டு நின்ன ஊரு நாடானுக்கே பொறாமையாப் போச்சி. அத்தனையும் புத்தம் புதுப் பிரிட்டீசு ரூபா. புது நோட்டுக்குன்னு ஒரு வாசம் உண்டே, அது நாடார் மூக்கத் தொளைக்குது. இந்திய ரூபாயவிட மதிப்புக் கூடினது இந்தப் பிரிட்டீசு ரூபா. தொட்டுப் பாக்கணுமுன்னு அவருக்கு ஆசை ஆசையா வருது. ஊர்த் தலைவராகவும் இருந்துக்கிட்டு நோட்டத் தொட்டுப் பார்க்கணும்னு கெஞ்சலாமா? மகா அசிங்கம்! அந்தப் பிச்சக்காரப் பயலல்லவா என் கையில அதத் தொட்டுப் பாக்கத் தரணும். மனச அடக்கிக்கிட்டாரு தலைவரு.

லேய் தம்பி, மேக்க நெய்யூரு என்கிற இடத்துல வெள்ளைக்காரன் கட்டுன ஆஸ்பத்திரி ஒண்ணு இருக்கு. வெள்ளக்கார டாக்டர்மாரு நோய நல்லாப் பாப்பாவுக அந்த டாக்டர்மாருக எனக்கு ரொம்ப வேண்டப்பட்டவுக. ரெண்டு ஊசியும் மருந்தும் தந்து, நாலே நாளையில சரியாக்கிருவாக. வா, என்னாரு அண்ணன்.

அந்தக் காலத்தில நெய்யூர் ஆஸ்பத்திரி தென் இந்தியாவிலயே ரொம்பப் பேர் கேட்டது. அங்கே சாமுருவெல் எங்கிறவரு பெரிய டாக்டரு. சனங்களுக்கு மருத்துவம் பாக்கிறதுல மட்டுமில்ல. சமூகத்தில இருக்கக் கூடிய சாதிக்கு மருத்துவம் பார்க்கிறதிலயும் வல்லவரு டாக்டர் சாமுருவெல்.

ஆஸ்பத்திரியில ஒரு நீண்ட மண்டபம். அதில வரிசை வரிசையாக் கட்டில்களப் போட்டு வச்சிருப்பாரு அவரு.

அங்கே வரப்பட்ட நோயாளிகளுடைய சாதிகளத் தெரிஞ்சிக்கிட்டு, ஒவ்வொருத்தருக்கும் பொருத்தமான கட்டில் கொடுப்பாரு அந்த டாக்டரு. எப்பிடி? பறையர் சாதியில இருந்து ஒரு பொம்பள வந்துதுன்னு வச்சிக்கிடுங்க. அந்த அம்மாவ மூணாவது கட்டில்ல

படுக்கப் போடுவாரு. அடுத்தாப்ல ஒரு நாடார் பொம்பள வயத்தத் தள்ளிக்கிட்டு வருவாக. முதல்ல வந்தவருக்கு இடப்பக்கம் இவரப் படுக்கப் போடுவாரு டாக்டர். அடுத்து ஒரு நாயர் பொம்பள பேறுக்காக முனங்கிக்கிட்டு வருவாக. அவர நாடாருக்கும் பறையருக்கும் இடையில ஒரு கட்டில் போட்டு அதிலே படுக்கப் போட்டுடுவாரு டாக்டர்.

ரெண்டு நாளு மேல் சாதிப் பொம்பளைக உம்முன்னு படுத்துக் கிடப்பாக. மூனாம் நாளு சாதிய மறந்து ஒருத்தருக்கொருத்தர் ஒரு உதவி கேட்க, உதவி செய்யப் பேசுவாக. இப்படிப் பேசிப் பழகத் தொடங்கிடுவாக. ஆக, இந்த ஆஸ்பத்திரியில உடல் நோய்க்கும் மருந்து, சாதி என்கிற மனநோய்க்கும் மருந்து கொடுத்தாரு டாக்டர் சாமுருவெல்.

அந்த ஆஸ்பத்திரியப் பத்தி நிறையக் கேள்விப்பட்டிருக்கான் சின்னநீலன். ஆனா அங்க காலை 9 மணிக்கும், மாலை ஏழு மணிக்கும் கிறிஸ்தவ உபதேசிமாரும் பொம்பளையளும் வந்து வேதப்பாட்டுக பாடுறதும், பிரச்சாரம் பண்ணுறதும் அவர் மனசில குழப்பம் உண்டாக்கிச்சி.

அவருக்க அண்ணன் பேரின்பன் அந்தக் கிறிஸ்தவக் கூட்டத்தில முக்கியமான ஒரு ஆளு அல்லவா. பேரின்பனுக்கத் தம்பி என்னு பெரிய ஆள்களெல்லாம் அவனையும் பாக்க வருவாக. வாறது மட்டுமல்ல, நீங்க பேரின்பனுக்கத் தம்பியா இருந்தும் இன்னும் அஞ்ஞான இருளுக்குள்ள கிடக்கிறீகளே? உண்மையான தேவன் பக்கம் இன்னும் வரல்லியே? என்று குத்தலாவும் பேசுவாக. இதுக சுத்தமாப் பிடிக்கல்ல சின்னநீலனுக்கு.

அதனால சின்னநீலனுக்கு அங்க போக மனமில்ல. போனாத் தன்னயும் வேதக்காரன் ஆக்கிடுவாகளே என்று அவருக்குப் பயம்.

மாறாகச் சாமிதோப்புக்குப் போகணும் என்னாரு சின்னநீலன். பேரின்பனுக்குக் கடும் எரிச்சல். தன் தலையில அடிச்சி, நீ எப்பிடியாச்சுந் தொலஞ்சி போ என்று புலம்பிக்கிட்டுப் போயிட்டாரு அவரு.

சின்னநீலன் விரும்பின படியே அவனுக்க அம்மா ஏற்பாட்டுல நாலுபேர் தொட்டில் கட்டி அவரச் சாமிதோப்புக்குத் தூக்கிக்கிட்டுப் போனாக.

11

சாமிதோப்பு ஊரோட உண்மையான பேரு பூவண்டன் தோப்பு. பூவண்டன் என்று சொல்லப்பட்ட ஒரு யாதவ குலப் பெரியவருக்குச் சொந்தமான பெரீய்ய தோப்பு அது. அங்கதான் வைகுண்ட சாமி பள்ளு பறை பதிநெட்டு அடித்தளச் சாதிகளுக்கும் நல்லுபதேசம் செய்து, மண்ணு, தண்ணி மற்றும் பச்சிலைகளால நோய் தீர்த்து, அந்தத் தீண்டத்தகாத அடித்தளச் சாதிகளுக்குள்ள ஒற்றுமையும் பல மாற்றங்களும் கொண்டு வாறாரு. தன்கிட்டே வருகிறவன் ஆம்பளயா? வீரத்துக்கு அடையாளமாத் தலையில தலப்பா கட்டு! பொம்பளையா, ஒடம்ப முழுக்க மறச்சித் துணியால மூடு! நீ விதவைப் பொம்பளையா? தாலி அறுக்காதே? பிரியன் செத்ததுக்குக் காரணம் நீ இல்ல. விதவைக் கோலமும், வெள்ளைச் சீலையும் கூடவே கூடாது. மக்கா, விதவய அமங்கலி என்னு தள்ளி வையாதுங்கோ. அவளுக்குத் தீட்டுப்பட்டங் கட்டாதுங்கோ. உங்களோட ஒண்ணு சேர்த்துக்கிடுங்கோ. இப்படியான அறிவுரைகளைச் சொல்லி மக்களைத் திருத்திக்கிட்டிருந்தாரு.

வைகுண்ட சாமிக்க பூர்விகப் பேரு முத்துக் குட்டி. 21 வயசுல முத்துக்குட்டிக்குத் தீராத நோய் வந்தது. தாயார் வெயிலாளம்மை அவரைத் தூக்கித் தொட்டில்ல போட்டுச் சொப்பனத்தில சாமி சொன்னபடி ரெண்டு ஆளச் சுமக்க ஏற்பாடு பண்ணித், திருச்செந்தூருக்குக் கொண்டு போனாக. அங்கே கடல்ல குளிக்கப் போன இடத்தில, முத்துக்குட்டிய மூணு நாளாக் காணயில்ல. நாலாவது நாளுதான் அவரத் தாயாரு பாத்தாக. சந்தோசப்பட்டு, என் செல்ல மோனே வந்திற்றியா என்னு அழுதுக்கிட்டு அவர்கிட்ட ஓடினாக.

“அம்மா, நான் இப்ப புது மனுசனாயிட்டேன். நாராயணனாரும் லட்சுமி அம்மையும் என்னயக் கடலுக்குள்ள அழச்சிட்டுப் போயி, பல உபதேசங்க செய்து, திரும்ப அனுப்பி வச்சாக. இனி நான் உன் மகன் இல்ல. உலக மகன்” என்று சொல்லிப், புது மனுசனா மீண்டும் பூவண்டன் தோப்புக்கு வந்தாரு.

அங்க ஒரு மாமர நிழல்ல ஆறு ஆண்டு கடுந்தவம் இருந்தாரு முத்துக்குட்டி. முதல் மூணு ஆண்டு காலம் மௌனக் கடுந்தவம். யாராவது பழமும் பாலும், அதாவது கருப்பட்டியும் பயினியுங் கொடுத்தா வாங்கிச் சாப்பிடுவாரு. அல்லது பேசாமப் படுத்துக் கிடுவாரு.

அப்றம் மூணு ஆண்டு தன்கிட்ட வாறவுக கிட்டப் பேசினாரு. நோய் நொடியோட வாறதுகளுக்கு மருந்துவாழ் மலையில இருந்து சில பச்சிலைகளப் பறிச்சித் தின்னக் கொடுத்தாரு. உடம்புல கரையான் புத்து மண்ணப்பூசி வெயில்ல விட்டு, அல்லது களி மண்ணப்பூசி வெயில்லவிட்டுத் தோல் நோய்களக் குணப்படுத்துனாரு.

அடித்தளங்களுக்குள்ளே சாதி வித்தியாசம் பார்க்காதவரா வாழ்ந்தாரு வைகுண்டசாமி. நாளாக நாளாக அவரக் காணப் பெருங்கூட்டங் கூடிச்சி. அத்தனையும் அக்காலத்துத் தீண்டத்தகாத சாதிகள். நொண்டி, சப்பாணி, ஆம்பள, பொம்பள, கிளடு, இளசு, எல்லாரும் அவரச் சுத்திக் கூடினாக.

அவரு உயரம் அஞ்சரை அடிதான். ஆனா அவரு உக்காந்திருந்த கட்டில் நீளமோ எட்டடி. எதுக்கு? தன்னத் தேடி வாறவுகளப் பக்கத்தில சரி சமமாக் கட்டில்ல உக்கார வச்சிப் பேசத் தான், மத்த உயர்சாதிச் சாமிகளப் போலப் பிறரத் தாழ்வா உக்கார வைக்கல்ல அவரு.

நாளாக நாளாகச் சனங்க பெருவாரியா அவரத் தேடி வரத் தொடங்கினாக. பள்ளு பறை என்கிற அடித்தட்டுச் சாதிக பதிநெட்டும் ஒக்க ஓரினம் போல ஒண்ணாக வாழுவோம் என்று சொன்னாரு வைகுண்டரு. அடித்தள உழைக்கிற சாதிக பதினெட்டையும் ஒற்றுமைப்படுத்த முயற்சி எடுத்தாரு. தன்னத் தேடி வரப்பட்ட இந்த எளிய சாதிகள ஒரே கிணத்துல குளிக்க வச்சாரு. அதுக கொண்டு வாற சமயல் சாமான்கள ஒண்ணாப் போட்டுச் சமையல் பண்ணி, எல்லாரையும் ஒண்ணா உக்கார வச்சித் தானும் அவங்களோட உட்காந்து சாப்புட்டாரு.

இதோட நிக்கல்ல அய்யா. வீரத்துக்க அடையாளமா ஆம்பளைகளத் தலையில தலப்பா கட்டச் சொன்னாரு. பொம்பளைகள உடம்பு மூடி நல்ல முறையில உடுத்திக்கிட்டு வரச் சொன்னாரு. அரசாங்க அதிகாரிமாரு கேக்கக் கூடிய அநியாய வரிகளைக் குடுக்காதீகோ என்னாரு அய்யா. தண்ணிக்குள்ள தத்தளிக்கிறவனுக்குப் பற்றிப் பிடிக்க ஒரு வேர் கிடச்சது மாதிரி இது இருந்தது. கூட்டமா மக்கள் அவரத்தேடி வந்தாக. அடித்தளச் சாதிக பதிநெட்டும் அய்யாவச் சுத்தி ஒண்ணாச் சேந்து அய்யா சொல்படி வாழத் தொடங்கினாக.

நாளவட்டத்துல, சாணான் முதல் சக்கிலியன் ஈறாகப் 18 அடித்தளச் சாதிக கூட்டமும் அவரச் சுத்திப் பெருத்துப் போச்சி. பல குடும்பங்கள் வீடுகளையும், மாடுகளையும் வித்துப் போட்டு, அய்யாவச்சுத்தி ஆங்காங்கே குடிசை கட்டி, அவரோட ஒண்ணா வாழத் தொடங்கிட்டாக.

12

அரசாங்க அதிகாரிகளுக்கு இது பயத்தை ஏற்படுத்திச்சி. இது என்னடா, ஒரு பக்கம் வேதக்காரன் வரி கொடுக்காதே, ஊழியஞ் செய்யாதே, அதிகாரிமாரு சொன்னதக் கேக்காதே என்று சனங்களை உசுப்பி விடுறான். மறுபக்கம், இந்தச் சாணாச் சாமி அதைவிடத் தீவிரமாக அடித்தளச் சாதி பதிநெட்டையும் ஒண்ணாச் சேத்துத் தூண்டி விடுறானே. இப்பிடியே போனா நம்ம நிலமை என்ன ஆகும்? அரசாங்கத்துக்க நிலமதான் என்ன ஆகும்? வரி வசூலிக்க முடியுமா? ஊழியத்துக்கு ஆள் கூப்பிட முடியுமா? மேலிடத்துக்குப் புகார் பண்ணுனானுக அவுக. அது பல படிகளத் தாண்டிக் கடைசியா ராசா காதுக்கே எட்டிச்சி.

அதிகாரிமாரு மேலதிகாரிக கிட்டே அனுமதி வாங்கி, முத்துக் குட்டியக் கைது பண்ணித் திருவனந்தபுரத்துக்கு இழுத்துக்கிட்டுப் போனாக. அங்க, முத்துக்குட்டியத் தடியில மாட்டிச் சிறையில போட்டாக.

தடியில மாட்டுறது ஒரு கடுந்தண்டனை. பனந்தடியில பக்கத்துக்குப் பக்கமா ரெண்டு துளை போட்டுக் குற்றவாளிக்க காலு ரெண்டையும் துளையில நொழச்சி, மறுபக்கம் காலுகளப் பிணைச்சி விலங்கு மாட்டுற தண்டனை அது. சாமியத் தடியில போட்டச் செய்தி நாடெல்லாம் பரவிச்சா, அடித்தளச் சாதிக பதிநெட்டும் கொந்தளிச்சது.

சாமிதோப்புப் பூவண்டர் என்கிறவரு ராசாவுக்கு வேண்டப் பட்டவரு. அவரு ராசா கிட்டப் போயி முறையிட்டாரு. “அய்யா, இந்த முத்துக்குட்டிய நீண்ட காலமாக கவனிச்சிட்டு வாறேன். அவரு உண்மையிலேயே கடவுள் அவதாரந்தான். வேணுமானா நீங்களே அவரச் சோதிச்சிப் பாருங்க”, என்றாரு.

ராசாவுக்குஞ் சந்தேகந் தட்டிற்று. காட்டுல இருந்து ஒரு கடுவாயப் புடிச்சிக்கிட்டு வரும்படியாச் சேவகன்மாருக்குச் சொன்னாரு. புடிச்சிட்டு வந்த கடுவாயக் கூட்டுக்குள்ள அடச்சிப் பலநாளு பட்டினி போட்டுக் கோவத்தக் கூட்டுனாருக சேவகர்மாரு. அந்தக் கடுவாய் கிடந்த கூட்டுக்குள்ள முத்துக்குட்டியத் தள்ளி, வாசலச் சாத்துனாக அதிகாரிமாரு.

பசி பொறுக்காமக் கூட்டுக்குள்ள கடுவாய் உறுமிக்கிட்டுச் சுத்திச் சுத்தி வந்தது. ஆனா, முத்துக்குட்டிய அது கடிக்கவே இல்ல. அவர் காலடியில போயி சுருண்டு படுத்துக்கிட்டுது.

பாத்துக்கிட்டு நின்ன ஒரு நம்பூதிரிக்கிக் கடும் எரிச்சல். என்னடா இது? கடுவாய் சுத்திச் சுத்தி வந்து அவர் காலடியிலயே படுத்துக்கிட்டே. முத்துக்குட்டியக் கடிக்க மாட்டேன் எங்குதே?. இது உலகத்துக்குத் தெரிஞ்சா, இந்தச் சாணாப்பய முத்துக்குட்டி கடவுள் அவதாரம் என்கிறது நம்பும்படி ஆகிப் போகுமே, என்று நினைச்சாரு. சேவகன் கையில இருந்த ஈட்டியப் பிடுங்கி, ஈட்டியத் தலை மாற்றிப் பிடிச்சி, அதுக்கக் கைப்பிடியால கடுவாயை ஓங்கி இடிச்சாரு அவரு. அப்படியாவது முத்துக்குட்டியப் போயி அது கடிக்கட்டுமே என்னு. ஆனா கடுவாய் அசையல்ல. தன்னையக் குத்தின ஈட்டிக்கக் கைப்பிடிய எட்டிப் பிடிச்சித் தன் பக்கமா இழுத்தது.

திடுக்கிட்டுப் போனாரு நம்பூதிரி. ஈட்டியின் மொனப் பக்கத்தத் தன் நெஞ்சுக்கு நேரே பிடிச்சிப் பலமா இழுத்தாரா, தான் பிடிச்சிருந்த பிடியக் கடுவா படக்குன்னு விட்டுட்டு. என்ன ஆச்சு?. ஈட்டி முனை நம்பூதிரி நெஞ்சில பாய, அங்கேயே சுருண்டு விழுந்து செத்தாரு நம்பூதிரி.

நம்பூதிரி மரணம் எங்கிறது அக்காலத்தில நாட்டுக்குக் கேடான சகுனமாகக் கருதப்பட்டது. ராஜா பயந்திட்டாரு. முத்துக்குட்டிய வெளிய அனுப்ப விரும்பினாரு. ஒரு ஓலையில மந்திரிய இப்பிடி எழுதச் சொன்னாரு. “முத்துக்குட்டி ஆகிய நான் என் சாணார் சாதிய மட்டும் ஒன்றுபடுத்தி, ஒற்றுமையா வாழ வழி சொல்லிக் கொடுப்பேன். பள்ளுபறை பதினெட்டுச் சாதிகளையும் ஒண்ணுபடுத்த மாட்டேன்” என்று எழுதின ஓலையை அவர்கிட்ட நீட்டி, ஒப்பம் வாங்கிட்டு,அவர வெளியே போகச் சொல்லு, என்றாரு ராசா. அதிகாரி ஒருத்தர் இந்த விசயத்த ஒரு ஓலையில எழுதிக் கைச்சாத்துக்காக முத்துக்குட்டிக் கிட்ட நீட்டுனாரு.

முத்துக்குட்டி ஓலைய வாங்கி வாசிச்சாரு. சிரிச்சிக்கிட்டே அத ரெண்டாக் கீறித் தரையில போட்டாரு.

“முடியாது என்கிறாரே முத்துக்குட்டி, என்ன செய்ய?” என்றாரு அதிகாரி.

“சரி சரி.... அவர வெளிய போகச் சொல்லுப்பா, சனியன் தொலையட்டும்” என்றாரு ராஜா.

“கொடுக்கப்பட்ட தண்டனைக் காலம் முடியும்வரை நான் வெளியே போக மாட்டேன். அதுவரை இங்கேதான் இருப்பேன்”, என்றாரு முத்துக்குட்டி.

13

முத்துக்குட்டி ஓலயக் கிழிச்சிப் போட்ட செய்தி வெளியே பரவிச்சா, அவர் புகழும் பூவாசம் போல நாலா பக்கமும் பரவிச்சி. அவரப் பார்க்கப் பூசப்புரை செயிலுக்கு அடித்தளச் சனங்க கூட்டங் கூட்டமா வந்தாக. சிறையில அவருக்குப் பால் பழம் குடுக்கறதுக்காக அந்தியும், வெள்ளனையும் சிறையில பெருங்கூட்டம் கூடிச்சி. பால் பழம் என்கிறது அந்தக் காலத்தில, பதனியும் கருப்பட்டியுந்தான்.

தண்டனைக் காலம் முடிஞ்சிச் சிறைய விட்டு முத்துக்குட்டி வெளிய வந்த அன்னிக்கிச் சிறை வாசலுல கட்டுக்கடங்காத கூட்டம். ஒரு பல்லாக்கு கொண்டு வந்து, அதுல அவர ஏத்தித் திருவனந்தபுரம் பூசைப்புரச் சிறையிலில இருந்து சாமிதோப்பு வர நீ நான் என்னு போட்டி போட்டுப் பல்லாக்கச் சுமந்தாக எளிய சனங்க.

14

சாமிதோப்புக்கு வந்து ஐயா சும்மா இருக்கல. சனங்களுக்க வணக்க முறைய மாத்தினாரு. பேய் வணக்கங்கள விடச் சொன்னாரு. நாராயணர ஒரே தெய்வமாக் கும்பிடச் சொன்னாரு. பேய்க் கோயில்களுக்குப் பதிலாக ஆங்காங்கே பதிகள ஏற்படுத்தினாரு. பெருங்கோயில்கள்ல உயர்சாதிகளுக்குச் சோறு போட ஊட்டுப்புரை இருந்தது. இவரு தன் பதிகள்ல பள்ளு பறை பதினெட்டுச் சாதிகளுக்கும் வயிறாரச் சோறு போட ஏற்பாடு பண்ணினாரு. தன்கிட்ட வாற ஆள்களுக்குத் தீட்டுக்கு எதிரா நெத்தியத் தொட்டு ஒத்த நாமம் போட்டாரு. வேற எந்தப் பூசாரியும் அல்லது குருவும் இன்று வரை அடுத்தவர்களைத் தொட்டு நாமம் போடவில்லை.

யாரும் தன்னைக் கும்பிடவும் விரும்பவில்லை அய்யா. தனியா ஒரு ஓலைப் புரையக் கட்டி, உள்ளே ஆள் உயரக் கண்ணாடி நிறுவினாரு. கண்ணாடியில என்ன தெரிஞ்சது?. பார்க்கிறவர்களுக்க உருவந்தான் தெரிஞ்சது. பாத்த சனங்களுக்கெல்லாம் அதிர்ச்சி. அய்யய்யே, நான் இப்படியா இருக்கேன்?. சேச்சே, இது சரியில்லியே!. நல்ல முறையில குளிச்சி, உடுத்துச் சுத்தமா இருக்கணும் என்று, ஒவ்வொருத்தரும் தன் உடம்ப நல்ல முறையில பேணத் தொடங்கினாக. அடித்தளச் சாதிக கொஞ்சங் கொஞ்சமாத் திருந்தத் தொடங்கிச்சி. எவ்வளவு பெரிய மாற்றம் இது!.

அந்தக் கண்ணாடிக்குள்ளே சனங்களுக்கு இன்னொரு உண்மையும் தெரிஞ்சது. கடவுளை வேற எங்கடா தேடுற? நீ தாண்டா கடவுள்!. நீயே தெய்வம்! அதப்புரிஞ்சி, அதுக்குத்தக்க மேன்மையா வாழ முயற்சி செய்யி, என்கிற அறிவையும் அது கொடுத்தது.

தனக்குன்னு அஞ்சு சீடர்களத் தேர்ந்தெடுத்தாரு வைகுண்டர். தன் கருத்துகளை அவுங்க அஞ்சு பேருக்கும் போதிச்சாரு ஐயா. தானே பல இடங்களுக்குப் போயி, நிழல் தாங்கல்களை அமச்சாரு. நிழல் தாங்கல்னா என்ன? பகலுல பள்ளிக்கூடமாகவும், ராத்திரி கூட்டுவழிபாட்டுக் கூடமாகவும் பயன்படக்கூடிய இடம்.

15

இப்பிடிப் பேரோடயும், புகழோடயும் தொண்டு செய்துக்கிட்டிருந்த அய்யாகிட்டதான் நோய் பிடிச்சச் சின்ன நீலனக் கூட்டிக்கிட்டு வந்தார் அவர் தாயாரு. வந்து கொஞ்ச நாளையிலயே சின்ன நீலனுக்கு நோய் சரியாப் போச்சி. அப்புறம் அய்யாவோடவே அவர் சேர்ந்துக்கிட்டாரு.

ஆறு ஆண்டு காலம் அய்யாவோடேயே வாழ்ந்தாரு சின்ன நீலன். ஐயாவுக்கு முடிஞ்ச உதவிகள் செய்தாரு. சனங்களுக்கு அய்யா என்ன என்ன அறிவுரைக சொல்லுறாரு, தன்னைச் சுற்றி என்ன என்ன மாறுதல்கள் செய்து வாறாரு, என்கிறதெல்லாங் கவனிச்சாரு.

ஆறாவது வருசம். ஒரு நாள் ராத்திரி, சொப்பனத்தில சின்ன நீலன யாரோ கூப்பிடுறது மாதிரி இருந்தது. "செல்ல மகனே, உன் தாயார் முத்தாரம்ம தான் கூப்பிடுறேன். இப்பிடி என்னயை இடிஞ்ச கூரைக்குள்ள முழங்காலக் கட்டிக்கிட்டு உக்கார வச்சிட்டியே?".

சின்ன நீலனுக்கு உறக்கம் வரல்ல. முத்தாரம்ம குரல் திரும்பத் திரும்ப அவர் செவியில கேட்டுக்கிட்டிருந்தது. ஒரு நாளல்ல, இரு நாளல்ல, பலநாளும் அம்மனுக்கக் குரல் கனவுல கேட்டது. ரொம்பவுஞ் சஞ்சலப்பட்டாரு சின்னநீலன். சஞ்சலம் தாங்க முடியாம, ஒரு நாள் ஐயாகிட்ட போயி "எங்க ஊரு முத்தாரம்ம ஓயாம என்னயக் கூப்பிடுறா. அவளுக்குப் பூசை செய்யப் போகணும், அனுமதி குடுங்க", என்னாரு.

தன் கைப்பட அவர் நெத்தியில நாமம் போட்டுத் தன் தலையில இருந்த தலைப்பாகையையும் அவிழ்த்து அவர் தலையில கட்டிப் "போய் வா மோனே", என்னு வாழ்த்தி வழியனுப்பினாரு அய்யா.

16

நல்ல செழிப்பான அய்ப்பசி மாச காலத்தில தன் ஊருக்கு வந்தாரு சின்ன நீலன். மழை பெய்து, பயிறு, காணம் விதைச்சிக் காடெல்லாம் பயிர் பச்சை வளர்ந்து பூமியை மறச்சிச் செழிச்சிக் கொழுத்துக் கிடந்தது. சிறுபயறு எட்டு மாடங் கட்டிச் சீப்புச் சீப்பாக் காய்ச்சிருந்தது. தட்டப்பயிறு மரம் மட்டை எங்கும் கொடி வீசி, முழ நீளத்தில கொத்துக் கொத்தாக் காய்களத் தொங்கவிட்டிருந்தது. பயிர்பச்சை வாசம் காற்றில் கம்மென்று மிதந்தது.

நேரே தன் வீட்டுக்குப் போனாரு சின்ன நீலன். தம்பி மூர்த்தியாரு தன் வண்டியக் கழட்டி வண்டிக்கக் குடத்துக்கும் அச்சுக்கும் மசகு பூசிக்கிட்டு நின்னாரு. அண்ணனப் பார்த்ததும் அவருக்குச் சந்தோசம். ஒத்தக் கால விந்தி விந்தித் திண்ணையில இருந்து ஓடி வந்த தாயார் பிரம்மசக்தி, சடையுந் தாடியுமா இருந்த மகனக் கட்டிப் பிடிச்சி அழுதா.

நேரே போயி அம்மங் கோயிலப் பார்த்தாரு சின்ன நீலன். கழுகு தின்ன மாட்டெலும்புக் கூடு போலக் கரையான் அரிச்சிக் கம்புங் கழுக்கலுமாக் கிடந்தது அது. அம்மன் சிலை மழையில கரைஞ்சி அடையாளந் தெரியாமப் போயிருந்தது. பாக்கப் பாக்கச் சின்ன நீலனுக்குக் கண்ணீர் பெருகிச்சி. இனி என்ன செய்ய? நேரே ஊர்த் தலைவரப் போய்ப் பார்த்தாரு.

கையுங் காலும் மொளச்சப் பனை வடலி போல உக்காந்திருந்த ஊர்த் தலைவருக்கு ரொம்ப சந்தோசம். சின்னநீலா வந்திட்டியா? நீ இல்லாம அம்மனுக்குப் பூச முடங்கி, நோயும் நொடியுமா ஊரே சங்கடத்தில கிடக்கு. ஆளுகள விட்டுக் கோவிலப் புதுப்பிச்சித் தாரேன். பூசைய இன்னிக்கே தொடங்குன்னு கோவில் சாவிய எடுத்து அவர் கையில கொடுத்தாரு.

எட்டு நாளுல பனந்தடித் தூணுகளும், மேலே பன ஓலக் கூரையுமாகக் கோயில் முளைச்சது. தனக்குத் தெரிஞ்ச வடிவத்துல அம்மனச் செம்மண்ணுல அமச்சி, சந்தனம் பூசி, வாய் மூக்கு கண்ணு என ஒண்ணொண்ணா அடையாளப்படுத்தி, அழகுபடுத்தினாரு சின்னநீலன்.

அம்மன் அரும்மையா அமஞ்சி போனா. அருள் நிறைஞ்சி, ஒளிவீசி, ஊருக்கே பெருமை சேர்த்தது அவ முகம். நாலு ஆள்விட்டு அம்மனுக்கு நாலு பக்கமும் செம்மண்ணுல பதனிய விட்டுக் குழச்சிச்

சுவரு வளத்துக் கூரையும் போட்டு முன்பக்கம் ஓலையிலான ஒரு தட்டிக்கதவும் அமைச்சாக ஊர்க்காரக.

17

அம்மங்கோயிலுக்குத் தண்ணி எடுக்கணும். தண்ணி கிடக்கக்கூடிய இடம் கருங்குளம். பெரீய்ய குளம் அது. நடுப்பகுதி கண்டமானம் ஆழம். தாமரைக் கொடி படந்து, ஒரு மாதிரிப்பட்ட ஆளுகள இழுத்துத் தாத்திடும். வெள்ளைத் தாமரையுஞ் செந்தாமரையும் நெருங்கிப் படர்ந்து, காலையில குளம் பூத்து நிக்கும் போது பாக்கணும், அப்பப்பா, கண் கொள்ளாக் காட்சி! மனங்கொள்ளா வாசம்! வண்டுகளுக்க ரீங்காரம்.

குளம் பொதுக் குளந்தான். என்ன சிக்கல்னா, அங்கயும் தீண்டாமைப் பேயி காவலுக்கு நின்னது. மேக்குப்பக்கம் உயர்சாதிகள் குளிக்கத், துவைக்கச் செய்யக் கூடிய, வசதியான நீளப் படித்துறை.

அம்மங்கோயில் குடத்தத் தூக்கிக்கிட்டுக் குளத்துக்குப் போனாரு சின்னநீலன்.

"பாதத்தில அடியோல மாட்டாம ராசா நடந்துக்கிட மாட்டாரோ? அடியோலயக் களத்திக் கையில எடு வே!".

ஒடுக்கப்பட்டச் சாதிக கருங்குளத்துக்குப் போனா தீண்டாமைப் பேயி இப்பிடித்தான் நாய் மாதிரிக் கொலைக்கும், சமயத்தில ஒரே கடியாக் கடிச்சிச் சதையக் கிழிச்சிடும்.

ஒடுக்கப்பட்டச் சாதிக குளிக்கவும், மத்தபடி ஆடு, மாடு குளிப்பாட்டவும் கிழக்குப்பக்கம் குளம் திறந்து கிடந்தது. அந்தப்பக்கம் அடர்த்தியாச் சம்பு வளர்ந்து கிடந்தது. அதுக்குள்ளோடி ஆளுக போய் வந்து அமஞ்சதுதான் அகலமான பாதை. பாதைக்கு அடியில வெள்ளை மண்ணு சூரிய ஒளியில பளீர்னு மின்னுது.

சாமிதோப்பு ஐயா தனக்குக் கட்டிவிட்டத் தலப்பாகையோட சின்னநீலன் மேக்குப் பக்கப் படித்துறைக்கு வந்தாரு. அய்யா சொன்னாரே, யாருக்கும் அஞ்சாதே என்னு, பெறகென்ன?

அதிகாலை நேரம். நெய்தல் பூக்களுக்க வாசம் தண்ணியில கரஞ்சி குளம் கமகமன்னு மணக்குது. அந்தத் தண்ணியில, செக்கச் செவேர்னு மின்னுற மண்குடத்தக் கழுவி, அதத் தண்ணிக்குள்ள அமுக்கி நிரப்பிக் கரையோரமா வச்சிக்கிட்டுத் தண்ணிக்குள்ளக் கால்வச்சாரு சின்னநீலன்.

அது எவமுலே, தலப்பாயோட கொளத்துக்குள்ள எறங்குகது?. தடிச்ச கடுவாக் குரல் ஒண்ணு சின்னநீலன அதட்டிச்சி.

"நான்தான் அய்யா, சின்னநீலன்" சின்னநீலன் அடக்கமாச் சொன்னாரு. "அம்மனக் குளிப்பாட்ட ஒரு குடந் தண்ணிக்கி வந்தேன்".

"சாணாக்குடி அம்மனக் கழுவத் தண்ணிக்கி இந்த உயர்சாதிப் பக்கந்தான் கிடைச்சதா? சம்பு வளர்ந்து கெடக்கே, அந்த அழுக்குப்பிடிச்சக் கெழக்குப்பக்கம், போடா!" அந்தத் தடிச்ச குரல் அவருக்கு வழிகாட்டிச்சி.

"அம்மனுக்குச் சுத்தமான தண்ணி வேணும்யா", என்னாரு சின்னநீலன்.

"சாணாக்குடி அம்மன் அழுக்கு தண்ணியில குளிச்சிக்கிட மாட்டாளோ?"

சின்னநீலன் பதில் சொல்லல்ல. எதுவும் காதுல விழாதது போலப் பேசாமப் படித்துறையில இறங்கினாரு.

"என்னலே, ரொம்பக் கிருதி காட்டுத? சொன்னாத் தெரியாதோ?"

தடிச்ச வார்த்தை சொன்னவரு. ஏசிக்கிட்டே சின்னநீலன இடுப்புல சமுட்டித் தண்ணியில தள்ளுனாரு.

முத்தாரம்மா என்னு சொல்லிக்கிட்டே தலையில தலப்பாகையும், தோளுல மண் குடமுமா, அப்படியே தண்ணியில தொபுக்குன்னு விழுந்தாரு சின்னநீலன்.

18

பக்கத்து வயலுல உழுதுக்கிட்டு நின்ன குணமுடையாரு இதக் கவனிச்சாரு. குணமுடையாரு வேதக்காரரு. அவருக்கும் அவர் பெஞ்சாதிக்கும் வாத்தியாரு சோலி. ரெண்டு பேருக்குஞ் சம்பளம். கொஞ்சங் கொஞ்சமா மிச்சம் வச்சி, கருங்குளம் பத்துக்குள்ள ரெண்டு ஏக்கர் வயல் எப்பிடியோ வாங்கிட்டாரு, குணமுடையாரு. அதப் பயிர் செய்ய அவர் பட்ட பாடு! அப்பப்பா!

சுத்திலும் உயர்சாதிக்காரனுக்க வயலுக. அதுக வழியாக் குணமுடையாரு ஏர் மாடு கொண்டு போக அவனுக விடமாட்டானுக. வண்டியில உரங் கொண்டு போக விடமாட்டானுக. ஒவ்வொண்ணுக்குஞ்

சண்ட போடணும். போட்டுப் போட்டுச் சண்ட பெரிசாச்சி. குணமுடையார அடிக்கதுக்குக் கருங்குளத்து ஆளுக திட்டம் போட்டாக.

எதுத்து நிக்க வழி என்ன? குணமுடையார் பெரிய உபதேசியார் கிட்ட போய் ஆவலாதி சொன்னாரு. அவரு போலிசு அதிகாரிமாரப் பிடிச்சி, குணமுடையாருக்கு ஒரு துப்பாக்கி லைசென்ஸ் கொடுக்க ஏற்பாடு செய்தாரு.

ஒருநாள் குணமுடையார அடிக்கதுக்குன்னு கருங்குளத்து ஆளுக நாலஞ்சி பேரு ஒண்ணாச் சேந்து குணமுடையார் வீட்டுக்குப் போனாக. அவர்கிட்ட பேச்சுக் கொடுத்துச் சண்டைக்கு இழுத்து, அவர அடிக்கணும் என்கிறது திட்டம்.

திட்டப்படி கருங்குளத்து ஆளுக நாலஞ்சி பேராச் சேந்து குணமுடையார் வீட்டு முன்ன நடபாதையில நின்னு கெட்ட வார்த்தையில அவரத் திட்டத் தொடங்கினாக. குணமுடையார் தன் வீட்டுத் திண்ணையில உக்காந்திருந்தாரு. மழை லேசாத் தூத்திக்கிட்டு இருந்தது. மழைத் தண்ணி கூரையில இருந்து சொட்டுச் சொட்டா வடிஞ்சிக்கிட்டிருந்தது. குளிருக்குத் தோதுவாப் பெஞ்சாதி ஏஞ்சல் சுடச்சுட வறுத்துக் கொடுத்த நிலக்கடலைய உரிச்சி உரிச்சித் தின்னுக்கிட்டிருந்தாரு அவரு.

கருங்குளத்து ஆளுக கூட்டமாப் பாதையில வந்தாகளா, அவுகளப் பாத்ததும் நிலமையப் புரிஞ்சிக்கிட்டுக் குணமுடையாரு, தன் பெஞ்சாதியப் பாத்துச் சத்தமாச் சொன்னாரு அவரு.

“ஏ புள்ளா, ஏஞ்சல, அந்தத் துப்பாக்கிய இஞ்ச எடு”.

வீட்டுக்குள்ள போயி துப்பாக்கியத் தூக்கிக்கிட்டு வந்து, புருசன் கையில கொடுத்தாக ஏஞ்சலு.

ஏட்டி ஏஞ்சல் இப்ப உன் தாலி அறுபடும். தயாரா இருந்துக்க என்னு சொல்லி, அந்தத் துப்பாக்கியால வானத்தப் பாத்து டபீர்னு சுட்டாரு குணமுடையாரு.

அடிக்க வந்த ஆளுக துப்பாக்கிச் சத்தம் கேட்டதும் பயந்து, விடுவிடுன்னு நடந்து கிழக்கே போனாக. அதே ஆளுக திரும்பி வரச்சில, திரும்பவும் ஏ எஞ்சலு உன் தாலி இப்ப அறுபடப் போகுதுன்னு சொல்லி, வானத்தப்பாத்து டபீர்னு சுட்டாரு குணமுடையாரு. அதுக்குப் பிறகு அந்த ஆளுவ அவர் வீட்டுப் பக்கம் வரவே இல்லை.

அந்தத் துப்பாக்கிய இடது தோள்ல வச்சிக்கிட்டு உழவு மாட்டப் பத்தினபடி வயலுக்குப் போனாரு குணமுடையாரு. உழவு மாட்ட மறிக்க வந்த கருங்குளத்துக்காரளப் பாத்ததும், திரும்பவும் வானத்தப் பாத்துச் சுட்டாரு அவரு. வேப்பமரத்தில இருந்து மூணு கொக்கு பொத்துப் பொத்துன்னு விழுந்து. அதுல இருந்து கருங்குளத்துக் காரர்களுக்கு இவரப் பாத்தா பயம். அவர்கிட்ட மோதவே மாட்டாக.

அந்தக் குணமுடையாருதான், சின்ன நீலன் குளத்துல மிதிபட்டுக் கிடக்குறதப் பாத்துக்கிட்டுச் சொன்னாரு.

ஓய், இவரு யாருக்கத் தம்பி தெரியுமா?

எவனா இருந்தா என்னவே? என்னாரு துடுக்கான ஒரு கருப்பு மேச்சாதி மனுசர்.

இவரு பேரின்பனுக்கத் தம்பி, ஓய்.

எவனா இருந்தா எங்களுக்கென்ன?

பேரின்பன் பெரிய அதிகாரி ஓய்.

"அதிகாரி நொட்டுவான்!"

சொன்ன பிறகுதான் தான் சொன்னது அத்துமீறுன வார்த்தை என்று பட்டது அவருக்கு. ஆனாச் சிந்தின வார்த்தையத் திரும்ப அள்ள முடியுமா?

குணமுடையாருக்குக் கோபம் சிக்குனு ஏறிட்டு, வயல் வரப்புல சாத்தி வச்சிருந்த சைக்கிள்ல தாவி, நேரே பேரின்பன் வீட்டுக்குப் பறந்தாரு.

பேரின்பன் டானாப் பெரைக்குத் தன் சேவகன அனுப்புனாரு. அங்க இருந்து ரெண்டு சீவாயிமாரு ஒரு நாளிய நேரத்தில கருங்குளத்துக்கு வந்துட்டாக.

கருங்குளத்து மூத்த அய்யா, வட பாயசத்தோட மூக்கு முட்டச் சாப்பிட்டுக்கிட்டுத் திண்ணையில ஒருக்களிச்சிப் படுத்துக் கொறட்டை விட்டுத் தூங்கிகிட்டுக் கெடந்தாரு.

காத்து வாங்குறதுக்காக அவர் திறந்து விட்டிருந்த பூசணிக்காய்க் குண்டியில போலிசுக்காரமார்ல இளையவன் ஒண்ணு போட்டான்.

"எந்திரிடா!"

எத்தன தலைமுறையா அவன் ஏங்கிக் கிடந்திருப்பான், இப்படி டா போட்டு உயர்சாதியப் பேச!

திடுக்குன்னு அவர் முளிச்சித் திண்ணைய விட்டு இறங்குனாரு.

சின்னநீலன நீருதான ஓய் அடிச்சீரு?. வாரும் ஓய் டானாப் பெரைக்கு, இனிசுவட்டர் ஏமான் கூப்பிடுதாக.

நானா? நான் யாரையும் அடிச்சல்லியே ய்யா?

"அடிச்சல்லியா?" பின்னால நின்னுக்கிட்டிருந்த குணமுடையார் பல்லக் கடிச்சாரு.

"அடிவாங்கின சின்னநீலன்ன இப்பமும் அங்கின தான் கிடப்பாரு. போய்ப் பாப்போமா?".

அவர்கள் அங்க போய்ப் பாக்கச்சில, சின்னநீலன் விழுந்த இடம் காலியாக் கிடந்தது. தண்ணி மட்டும் லேசாக் கலங்கியிருந்தது.

"சின்னநீலன் குளிச்சி அம்மனுக்குத் தண்ணியும் எடுத்துக்கிட்டு, அவர் பாட்டுக்குக் கோயிலுக்கு போயிட்டாரு", என்னாரு வயலுல வரப்பு வெட்டிக்கிட்டு நின்ன ஒருத்தர்.

"அதா, அந்த வயக்காரரும் பாத்துக் கிட்டுத்தான் நின்னாரு, அவரக் கேளுங்க".

"ஆமா ஐயா, உண்மதான். எங்களயெல்லாம் இந்த ஊரு ஆளுக ரொம்ப இம்சப்படுத்துவாக. நாங்களும் மனுசர்தான். பாவப்பட்டச் சாதிகளத் தொந்தரவு பண்ணப்படாதுன்னு அவாளுக்குச் சொல்லிக் குடுங்கய்யா".

அந்தப் போலிசுக்காரரர் தாழ்ந்த சாதியா இருந்திருப்பாரோ என்னவோ, சுருக்குன்னு அவர் கருப்பு முகம் சிவந்துவிட்டது. இந்த வேலைக்கு வாறதுக்கு முன்னால அவர் மேல் சாதிக்காரனுககிட்ட ரொம்பவும் இம்சப்பட்டிருப்பாரு போல. அந்த நினவுக இப்பவும் அவருக்குள்ள பொங்க. அந்தத் தடிச்ச வார்த்தைக்காரருக்கக் குண்டியில ஒண்ணு போட்டாரு.

அய்யா அடியாதிய!. இனி அப்பிடிப் பேசமாட்டேன்.

வாரும் ஓய் டானாப் பெரைக்கு.

அய்யய்யோ, என்னய விட்டுருங்க. இனிமேல இப்பிடி எல்லாஞ் செய்ய மாட்டேன். இந்த ஒரு தடவையும் மாப்புத் தாருங்க.

"சரி சரி, இனிமே எச்சரிக்கையா நடந்துக்கிடும். இந்த ஒரு தடவையும் மாப்புக் கேட்டு இதுல ஒரு கைநாட்டு வச்சிக்கிட்டு, ரெண்டு ரூபாவயுந் தந்துக்கிட்டுப் போவும். ஒம்ம பேரென்ன?"

அவரு தன் பேரச் சொன்னாரு. எங்கேயோ போயி ரெண்டு ரூபா பெரட்டிப் போலிசுக்காரருக்குக் கொடுத்திட்டுக் காயிதத்தில கை நாட்டும் வச்சாரு.

அதுக்குப் பிறகு அம்மனுக்கு தண்ணி எடுக்கிறதிலயோ எடுத்த தண்ணியக், கொண்டு போகிறதிலயோ எந்தப் பிரச்சனையும் வரல்ல சின்னநீலனுக்கு.

19

சின்னநீலன் அண்ணன் பேரின்பன் பேர் எங்கும் பிரபலம் ஆச்சி. ஊர்க்காரக அவர கவுரவிக்கணும் என்னு ஆசப்பட்டாக.

அப்படிச்செய்தா கருங்குளம் ஊரு தங்களுக்குக் கொஞ்சமாவது பயப்படும்னு நினைச்சாக.

ஊர்த்தலைவர் தலைமையில அம்மன் கோவிலுல ஆலோசனக் கூட்டம் போட்டாக.

பேய்க் கோயிலுக்கு நான் வரமாட்டேன்னு மறுத்திட்டாரு பேரின்பன். ஊர்க்காரகளுக்குச் சங்கடமாப் போச்சி. ஆனாலும் அதிகாரியப் பகைக்கலாமா? மனசப் பொறுத்துக்கிட்டுப் பள்ளிக்கூடத்தில வரவேற்புக்கு ஏற்பாடு செய்தாக.

பளபளன்னு கருப்புக் கால்க் குழலும், வெள்ளை முழுக்கைச் சட்டையும் மாட்டி, வெள்ளக்குதிரையில வந்து இறங்குனாரு பேரின்பன். பார்க்கிறதுக்கு முக்கா வெள்ளக்காரத் தொர போல இருந்தாரு. பொம்பளைகளுக்கெல்லாஞ் சிரிப்பு.

"இந்த ஆளுக்கக் கொண்டையக் காணலியே?" என்றாள் ஒருத்தி.

"எங்கயாவது திருடியிருப்பான், கொண்டைய புடிச்சி அறுத்துப்புட்டானுவ", என்னாள் இன்னொருத்தி. ஊமைச் சிரிப்பு முகத்துக்கு முகம் பரவியது. அந்தக் காலம் திருடுறவனுக்குத் தண்டனை அவர் கொண்டைய அறுக்குறது.

"இவனா திருடியிருப்பான்?, நம்ம லெச்சுமி தேவியே இவன் சட்டப் பையில தானே குடியிருக்கா! இன்னா பாரு", என்றாள் இன்னொருத்தி.

எல்லாரும் திரும்பிப் பாத்தாக. வந்திருந்த அத்தன பேருக்கும் தன் கருப்புத் தோல் பையில இருந்து புதுப் புது முனை மழுங்காத முழுச் சக்கரம் எடுத்துக் கொடுத்தாரு பேரின்பன். ஒதுங்கி நின்ன தம்பி சின்னநீலனுக்குப் புத்தம் புதுசா ஒரு ஒத்த ரூபா நோட்டுக் கட்டத் தூக்கி அப்படியே கொடுத்தாரு. அதுல நூறு ஒத்த ரூபா இருந்தது. ஊரே கண்ணு பிதுங்கப் பாத்துக்கிட்டு நின்னது.

“இவ்வளவும் எனக்கு எதுக்கு ண்ணே?” என்னாரு சின்னநீலன் திகைப்போடு.

“வச்சிக்க, வீட்டக் கொஞ்சம் பெரிசா எடுத்துக் கட்டு. வா, வீட்டுக்குப் போயி அம்மையப் பாப்போம்”.

வாத நோயால ஒழுங்கா நடக்க மாட்டாமக் காயத்திருமேனி எண்ணெய முழங்கால்கள்ல தேய்ச்சிக்கிட்டுத் திண்ணையில கிடந்த அம்ம பிரம்மசக்தி, மகனக் கண்டதும் சந்தோசந் தாங்காமத் துள்ளி எந்திரிச்சிக் கால இழுத்து இழுத்து ஓடி வந்து, மகன ஆவிக்கட்டிப் பிடிச்சாக. அவன் வெள்ளைச் சட்டை மூடின வயிற்றிலத் தன் முகத்தத் தேய்ச்சி வெத்தலக் கறை பிடிச்ச உதட்டால மாறி மாறி முத்தங் கொடுத்தாக.

மோனே, எஞ் செல்ல மோனே!

நெடுநெடுன்னு வளர்ந்து நின்ன மகன நிமிந்து பாத்து அசந்து போனாக தாயார்.

“எம் பொன்னு மோனே, நல்லா இருக்கியா ய்யா! ஓம் பெஞ்சாதி பிள்ளையளக் கூட்டிட்டு வரலையா டே?” என்னு கொஞ்சினாக.

கால்சட்டைப் பையில கைய விட்டு, ஒத்த ரூபா நோட்டுல பத்து நோட்டுகள உருவித் தாயார்கிட்ட கொடுத்தாரு பேரின்பன். தாயாருக்குச் சந்தோசந் தாங்கல்ல. அவன் கையயும் ரூபா நோட்டையும் மாறி மாறி முத்தங் கொடுத்தாக. வீட்டுக்குக் கூப்பிட்டு, கருப்பட்டியுந் தண்ணியுங் கொடுத்தாக. அவன் புறப்படுற நேரத்தில. தானே முடைஞ்ச ஒரு சின்ன மூடிப் பெட்டி நிறைய வறுத்து ஒடச்ச கொல்லாங் கொட்டையும், இன்னொரு ஓலப் பெட்டி நிறைய வெட்டக் கருப்பட்டியும் கொடுத்தாக.

“ஒன் பெஞ்சாதி புள்ளையளுக்குக் குடுத்துத் தின்னு, செல்ல மவனே” என்னு வாழ்த்தினாக.

20

தான் சாமிதோப்புல கத்துக்கிட்ட சமூகநடைமுறைகளப் பனைவிளை அம்மன் கோயில்லயும் செயல்படுத்தத் தொடங்கினாரு சின்னநீலன். சாதி வித்தியாசம் பாக்காம, எல்லாரையும் கோயில்ல அனுமதிச்சாரு. எல்லாருக்கும் நெத்தியத் தொட்டுத் திருநீறு பூசினாரு. பேய் பிடிச்சவுகளுக்கு முகத்தில தண்ணி அடிச்சி, உச்சியில கை வச்சி, நாலு வேப்பிலையத் தின்னக் கொடுத்தாரு. நோய் சரியாப் போச்சு.

ஆடி மாச அம்மன் கொடை அமர்க்களமா நடந்தது. புதன்கிழமை மத்தியானம் சின்னநீலனுக்கு ஆராசன வந்தது. மஞ்சத் தண்ணி குளிச்சி அவர் ஆடும்போது சொல்லிப்புட்டாரு: மக்கா, மனுசர் எல்லாரும் சமம். உன் வாசலுல யாரு வந்தாலும் வராதேன்னு சொல்லாதே. எல்லாருமே அம்மனுக்க மக்க. அப்படிச் சொல்லி அவர் சுழன்று ஆடயில, சடை விரிஞ்சி, மஞ்சத் தண்ணி நாலா பக்கமும் சிதறி, பாக்கப் பரமசிவன் மாதிரியே இருந்தாரு. எல்லாருங் கை கூப்பித் தொழுதாக.

நாளாக நாளாக அம்மன் கோயிலுல கூட்டம் பெருகிச்சி.

ஒரு கார்த்திக மாசப் பேதித்தீனம் கொத்துக் கொத்தாக் குடும்பங்கள அள்ளிக்கிட்டுப் போச்சுது. பயத்துல பலர் வீடுகளப் போட்டுக்கிட்டே ஓடிட்டாக. துணிஞ்ச சிலர், தீனத்தில மாட்டுனவுகள அம்மங்கோயிலுக்குக் கொண்டு வந்து படுக்கப்போட்டாக.

அம்மங்கொண்டாடியாரு அம்மனுக்குப் படச்சக் கருப்பட்டியையுந் தண்ணியையும் நோயாளிகளுக்குக் கொடுத்தாரு. ஆச்சரியம், கோயிலுக்கு வந்த எல்லாருமே படிப்படியாத் தேறிட்டாக. நோய் பரவின பல ஊர்கள்ல இருந்தும் ஆளுகளத் தூக்கிட்டு வந்து இங்க படுக்கப் போட்டாக. வயிறு வாடாம எல்லாருக்கும் கருப்பட்டியுந் தண்ணியும் கரச்சி வாயில ஊத்தி, அத்தன பேரையுங் காப்பாத்தினாரு அம்மங்கொண்டாடியாரு. அம்மன் புகழ் எங்கும் பரவிச்சி. கருங்குளம் மக்களும் அம்மங்கோவிலுக்கு வரத் தொடங்கினாக.

மார்கழி மாத்த அம்மங் கொடைக்குத் தாங்க முடியாத கூட்டம். சுத்தி உள்ள பல ஊர்ச் சனங்களும் அம்மங் கோவில் கொடைக்கிக் கூடிட்டாக.

கருங்குளத்துல உள்ள சில இளவட்டப் பயலுகளுக்கு அம்மன் கோயில் இவ்வளவு புகழ் பெறுறது புடிக்கல. இந்தச் சாணாங் கோயிலுக்கு இவ்வளவு புகழா? இத எப்படியாவது கெடுக்கனுமே

என்னு நினைச்சானுக. ஒரு அகலமான பித்தளைச் சட்டிய அம்மங் கோவிலுல கொண்டு வச்சி, அதில தேங்காய்ச் சிரட்டைகள நிரப்பி எரிச்சானுக. கங்கு நிறைஞ்சி, சட்டி பழுத்துட்டு.

அம்மனுக்கு ஆராசனை வாற நேரம். அம்மனுக்கக் கருவறையில இருந்து அம்மங்கொண்டாடியாரு அம்மன் ஏறி, ஆராசனை வந்து, அம்மனுக்க மாலைகள எடுத்துத் தன் கழுத்துல போட்டுக்கிட்டு வெளியே குதிச்சாரு.

“ஓய், நீரு உண்மையான சாமின்னா இந்த நெருப்புச் சட்டியக் கையில எடுத்துக்கிட்டு அம்மன மூணு சுத்துச் சுத்தும்!”.

“நான் சுத்துயேன். தீச்சட்டியத் தூக்கி ரெண்டு பேரு என் கையில வையி” என்னாரு அம்மங்கொண்டாடியாரு.

கருங்குளத்து இளவட்டப் பயலுக ரெண்டு பேரு தீச்சட்டிப் பக்கம் போனானுக. சட்டிய நெருங்கவே முடியல்ல. அவ்வளவு அனல். அம்மங்கொண்டாடியாரு ரெண்டு கையாலுஞ் சட்டியத் தூக்கி அம்மங்கோயில மூணு சுத்துச் சுத்தி வந்து, சட்டிய அம்மன் முன்ன வச்சாரு. அம்மன் கழுத்துல கிடந்த மாலையில பெரிசா ரெண்டத் தூக்கித் தன் கழுத்துல போட்டுக்கிட்டு வெளிய குதிச்சாரு.

அம்மன் கோயிலுக்குக் கிழக்குப் பக்கம் மூணு மஞ்சப் பானைக அடுப்புல வச்சிருந்து, பனை ஓலை நெருப்புல பானைக நுரை கூடிப் பொங்கி, விளிம்பத் தாண்டி வழியத் தொடங்கிச்சி. உள்ள போய் மூணு தென்னம்பூவ அள்ளிக்கிட்டு வந்து, மூணையும் ஒண்ணா ஒரு பானைக்குள்ள முக்குனாரு அம்மன் கொண்டாடியாரு. கொதிக்குற மஞ்சத் தண்ணியத் தலையில தெளிச்சிக்கிட்டுப் பானைகளச் சுத்திச் சுத்தி வந்தாரு.

திடீர்னு ஊர்த்தலைவர் தங்கையாவுக்க இடுப்பு வேட்டிய எக்குப் பிடியாப் புடிச்சிக் கூட்டத்துக்க நடுவுல இழுத்துக்கிட்டு வந்தாரு அம்மன் கொண்டாடியாரு. “ஏய் தங்கைய்யா, இந்தக் கருங்குளத்துக் காரனுவளுக்கக் குசும்பு கூடிப் போச்சி. கருங்குளத்த நீ அதட்டி வைக்கிறியா, இல்ல நான் அதட்டி வைக்கணுமா?” என்னாரு.

“நான் எப்பிடி அதட்ட முடியும்?. அதட்ட வேண்டியவ நீ. நீயே அதட்டு”, என்னாரு ஊர்த்தலைவர். அம்மங்கொண்டாடியாருக்க ஆட்டம் வேகம் கூடிச்சி. தீப்பந்தம் போல அவரு சுழன்று சுழன்று ஆடுனாரு. ஆடி ஆடிக் கடைசியில மஞ்சப்பானை அடுப்பு

மூணுக்குள்ளே இருந்தும் ஒவ்வொரு பிடி நெருப்ப அள்ளி வடக்க பாத்து வீசுனாரு.

“இதோட கருங்குளத்துக்க அதிகாரம் முடிஞ்சி
இதோட கருங்குளத்துக்க அதிகாரம் முடிஞ்சி
இதோட கருங்குளத்துக்க அதிகாரம் முடிஞ்சி!”

கோட்டைச் சொவரு மேல எறி உட்காந்திருந்த கருங்குளத்துக்காரப் பையனுக பயந்துட்டானுக. அவனுகளுக்க முகம் வெளிறிப் போச்சி. ஏதோ நடக்கப் போகுது எங்கிற திகில் எல்லார் முகத்திலும் பரவிச்சி.

என்ன மாயமோ, அன்று ராத்திரி பெய்யாத மழையும் பெரு மழையும் தொடங்கிச்சி. ஒரு நாளு ரெண்டு நாளல்ல. ஏழுநாள் தொடர்ந்து பெய்தது. கருங்குளம் நிறஞ்சிக் கடல்போல பெருகிட்டு. குளக்கரையில இருந்த கருங்குளம் ஊரு முழுசும் அப்பிடியே தண்ணிக்குள்ள மாட்டிக்கிட்டு. வீட்டுச் சுவர்க எல்லாம் இடிஞ்சி விழுந்தது. கூரைகள் தண்ணியில மிதந்தபடி காற்றடிச்ச திசையில அலைஞ்சன.

விடியக்காலம் பனங்காட்டுல இருந்த எல்லாரும் கருங்குளத்த போய்ப் பார்த்தாக. ஆசைப்பட்டவுக தங்கள் தங்கள் பாளையருவாள்களப் பனை நார்ல கட்டிக் கருங்குளத்துக்குள்ள வீசித் தூண்டில்போட்டாக இழுத்தானுக. அவரவர் திறனுக்கேத்தாப்ல சிக்கின பூமிகளத் தம்பக்கம் இழுத்து எடுத்தாக.

கொஞ்ச நாள்ல பனங்காட்டுக்கார பலரும் தோப்பும் வயலும் உள்ள பண்ணையார்மார் ஆயிட்டாக. கருங்குளத்துக்கார என்ன ஆனாக? வீட்டுக்குப் பின்னால கிடந்த கலப்பையையும், மாட்டையும், மண்வெட்டியையும், அருவாளையும், கொண்டுக்கிட்டுத் தம் தம் நிலங்களுக்குப் பின்னால போனாக. எல்லாமே தலைகீழா மாறிப் போச்சி.

21

நிலம் வந்ததா, அந்த ஆண்டுத் திருக்கார்த்தியல ஊரார் ரொம்பச் சிறப்பாக் கொண்டாடுனாக. சாயங்காலம் ஆக ஆக வானத்தையே ஊருக்கு இழுத்திட்டு வந்துட்டாக ஊர்ச்சனங்க. வீடு, வாசல், தெரு, கைசால, எல்லா இடமும் கிளியாஞ் சட்டி விளக்குகளுக்க ஒளி!....ஒளி... ஒளி............ எங்கும் பேரொளி.

திருக்கார்த்திகை அன்னிக்கி ஊரெல்லாங் கொழுக்கட்ட வாசம். மூர்த்தியாருக்கு அன்னிக்கிக் கடும் வேலை. ஒத்தப்பனத் தட்டுல நின்ன முதுபனைக்கக் குருத்தோலைதான் வாசம் மிக்கது. அந்தப் பனையோ ஆகாயத்தத் தொட்டுக்கிட்டு நின்னது. அதில ஏறப் பெரிய தொள்ளாளி மாருகளுக்கே பயம். மேலே போகப் போகக் காத்து கடுமையா வீசுமா, கொண்டை அங்கிட்டும் இங்கிட்டும் சாயும். ஒரு மாதிரிப்பட்டவனுகளப் பயப்படுத்திச் சரசரன்னு இறங்க வச்சிடும். தைரியமா அந்தப் பனையில ஏறக் கூடியவரு. மூர்த்தியாரு ஒருவர் தான்.

காட்டு வெளியில கதவுப் பட்டம் சன்னல்பட்டம் என்கிற அளவுகள்ல பெரிய பெரிய பட்டங்கள் செய்து இளவட்டங்கள் ஆகாயத்தில விட்டுக்கிட்டிருந்தாக, கதவுப்பட்டம் ஓராள் உயரமும் அதுக்கேத்த அகலமும் கொண்டது. ரெண்டு ஆள் சேர்ந்தாலும் கயிறப் பிடிச்சிப் பட்டத்த வானத்தில நிறுத்த முடியாது, பெரிய மரங்கள்ல சுத்தித்தான் கயித்தப் பிடிக்க முடியும்.

பட்டம் விடுறது ஒரு கலை. ரெண்டு மாசம் முன்னாலயே நாட்டுக் கத்தாளைக் குருத்துகள இளவட்டப்பயலுக ஒடிச்சி, நல்ல தோகைகளப் பலகையில வச்சிச் சிரட்டையால சீவி, சதைய வழிச்சி, வெள்ளைத் தும்பப் பிரிச்சி எடுப்பானுக. அத மூணு பிரியாகத் தொடையில வச்சித் திரிச்சித் தென்னை ஈக்குப் பருமன்ல கயிறாக்குவானுக. அதுக்குப் பேரு சணல். சணல் ஒரு மைல் ஒண்ணரமைல் நீளம் வந்ததும், அத ரெண்டு முழநீளக் கம்புல இறுக்கமாச் சுத்தி வச்சிக்கிடுவானுக. பட்டம் சுமக்க ஒருத்தன், கயிறு சுமக்க ஒருத்தன். பட்டத்த மேலே ஏற்ற நாலஞ்சு பேரு இப்பிடி ஒரு கூட்டமே வேணும்.

பட்டம் கதவுப் பட்டமா, சன்னல் பட்டமா என்கிறதப் பொறுத்து மூங்கில ஒடச்சிச் சீம்பிலி மட்டையச் சீவி, நாலுபக்கம் நாலு குறுக்குச் சட்டங்கள் அமைப்பானுக. அப்றம் முக்குக்கு முக்குப் பெருக்கல் வடிவச் சட்டங்க, குறுக்குச் சட்டங்கள் எல்லாம் வச்சி நூலால இறுக்கிக் கட்டுவானுக. நெடுக்குச் சட்டங்கள் ரெண்டு பக்கமும் ரெண்டு, நடுவுல ஒண்ணு, ஆக மூணயும் மேல் நோக்கி நீட்டி விட்டிருப்பானுவ. மேல் நோக்கி நீண்டு நிக்கிற சட்டங்களுக்கு மேல் முனைக ரெண்டையும் கொஞ்சம் வளச்சி இழுத்துக் கட்டுவானுக. மொத்தச் சட்டத்துக்கு மேலே ரெண்டு காகிதத்த ஒண்ணு மேல ஒட்டி வலுவேற்றி அத இழுத்து ஒட்டுவானுக. மேல் முனை ரெண்டையும் கொஞ்சம் வளச்சிக்கட்டி, அதுல ஒரு நூலக்கட்டி அந்த நூலுல

உறுமிய ஒட்டிக் கட்டுவானுக. உறுமி என்கிறது ஒரு காகிதத்த நீளவாக்குல ஒரு இஞ்சி அகலத்தில பல்லுபல்லா வெட்டி நூலுல ஒட்டிக் கட்டுறது.

பட்டத்தில காற்று மோதி, அந்தப் பக்கமும் இந்தப்பக்கமும் வழிஞ்சி போறதுக்கு அப்பிடி வளஞ்சி இருக்கிறது வசதி. காற்று மோதும் போது, உறுமி உம்மும்ன்னு வீணைச் சத்தம் எழுப்பும். சுற்றிலும் ரெண்டு மைல் மூணு மைலுக்கு அது கேக்கும். எதுவரை கேக்குதுன்னு தூர தொலைக்கு ஓடி அங்க நின்று கேப்பானுக.

கார்த்திகை மாசம் கொழுக்கட்ட மாசம். பனையில ஏறிக் குருத்து ஓலை வெட்டி, ஒவ்வொரு இலக்குக்கு இடுக்குக்குள்ளேயும் வறுத்த அரிசிமாவும் வறுத்து உடைச்சச் சிறுபயிறும், கருப்பட்டியுந் தேங்காய்ப்பூவுங் கலந்து உருட்டிப் பிசஞ்சி, நீளமா வச்சி, மொத்த ஓலைகளையும் ஒண்ணா மடக்கிக் கட்டிப் பானையில வச்சி அவிச்சாக் கொஞ்ச நேரத்தில கொழுக்கட்ட வாசம் ஊரயே தூக்கும்.

அம்மங்கோயிலுல பெரீய பானையில கொழுக்கட்டை அவிச்சிப் படச்சிச் சின்னநீலன் வந்த ஆளுகளுக்கெல்லாம் அதத் திருநீறோட படையல் பொருளாக் கொடுப்பாரு.

22

கார்த்திக மாசம் பூராவுமே பொழுது அடஞ்சா, ஊரு சொர்க்க லோகம் போல ஆயிடும். வீடுகள், படிகள், திண்ணைகள் எல்லா இடத்திலயுமே வரிசை வரிசையாக் கிளியாஞ்சட்டிகள் பின்னைக்காய் எண்ணெயில போட்டத் திரியக் குடிச்சிக்கிட்டு எரியும். வானமே இறங்கிப் பூமிக்கு வந்தது போல ஊரே விளக்குகளாக மின்னும்.

சின்னப் பயலுக ஐப்பசி, கார்த்திகை மாசங்களுல பொரிஞ்சான் என்கிற குத்துச்செடியப் பிடுங்கிக் காய வச்சி, வைக்கப்படப்பு போல ஒவ்வொரு வீட்டிலும் கூட்டிவிட்டிருப்பா.

பொரிஞ்சானச் சொக்கப்பனைய வடிவப்படுத்துறதுக்கு வசதியா, அந்த மாசங்கள்ல நாட்டுக் கத்தாழ பத்துப் பதினஞ்சு அடிஉயரத்துக்குக் குருத்தெடுத்து விட்டுப் பூக்கும். அந்தக் கத்தாளப் பூக்கள வெட்டி, அதுகளுக்கக் குறுக்கும் நெடுக்குமாக் குச்சுகளக் கட்டி, மனுச வடிவத்தில சொக்கன உருவாக்குவானுக. இளவட்டப் பயலுக. ஆண் சொக்கன் என்கிற அடையாளத்தில அதுகளுக்கு வேட்டியும் சட்டையும் போட்டு அலங்காரம் பண்ணுவானுக. பெண் சொக்கிக்குப் பாவாடை சட்டை மாட்டுவானுக.

ஐப்பசி கார்த்திகை மாசங்கள்ல பட்டாசு வியாபாரிக தெருத் தெருவாப் படக்கும், வெடியும், பட்டாசும் கூவிக்கூவி விப்பானுக. வெடிகள் கொய்யாக்காய் வடிவத்திலயும், நெல்லிக்காய் போலவும் உருண்டை உருண்டையாக் காகிதத்தில உருட்டப்பட்டிருக்கும். அதுகளக் கல்லுல ஓங்கி எறிஞ்சாப் படார்னு வெடிக்கும். திருக்கார்த்திக மாசம் பூராவும் தெருவெங்கும் வெடிச்சத்தமும், வெடிமருந்து வாடையுந்தான்.

அப்பறம் ஓலப்படக்கு. ஓலைக்குள இம்புட்டுப் போல மருந்து வச்சித் திரி போட்டு, அந்த இலக்குகள இறுக்கி மடக்கி விப்பாக. ஓலப்படக்க ஈர்க்குக் குச்சியில செருகி விளக்குல அதுக்கத் திரியக் கொழுத்தினா ஓசையா வெடிக்கும். காகிதத்தச் சிறுகுழாய் போலக் குட்டைகுட்டையாச் சுத்தி உள்ளே மருந்து வச்சி இறுக்கித் திரி போட்டு வெடிக்க வைக்கிற குத்து வெடியும் வியாபாரமாகும். குத்து வெடி ரொம்ப ஓசையா வெடிக்கும்.

கார்த்திக மாசம் காலரா மாசம் எங்கிறதால வீடுகள்ல பெரும்பாலும் மச்ச மாம்சம் கூட்டமாட்டாக. சாயங்காலம் ஆனா, வீட்டுத் திண்ணைகள்லயும் படிகள்லயும் கைசாலைகள்லயும் கிளியாஞ் சட்டி விளக்குகள்ல பின்னக்காய் எண்ணெய் விட்டுப் பழந்துணியில திரி போட்டுச் சிறுசுகள்ல இருந்து பெரிசுக வர எண்ணைய் விட்டு சுடர் ஏற்றி, அந்தச் சுடர் வாடாம எண்ணெய் விட்டுத் தூண்டிக்கிட்டே திரிவாக.

ஊர்த் தெருமுனைகள்ல நட்டிருக்கக் கூடிய குத்துக்கல்லுகள்ல எண்ணெய் விட்டுப் பெரிய பெரிய திரி போட்டு விளக்கேற்றினா, அது ஊருக்கே அழகு கொடுக்கும்.

கார்த்திகை மாசம் மின்மினிக் காலம். வானத்தில இருந்து உதிர்ந்ததுக போல மின்மினிக கோடிக் கணக்குல எங்கும் பறந்து திரியும். இந்த மின்மினிகளப் பிடிச்சித் தின்னுறதுக்குப் பெரிய பெரிய வவ்வாலுக அங்குமிங்கும் பறக்கும்.

இளவட்டப் பயலுக பெரிய பெரிய உடைமர முள்ளுகளப் படலையா வெட்டிக் கைப்பிடி முள்ளச் சீவி தூக்கிப் பிடிச்சிக்கிட்டுத் தெருவுல தங்கள் தங்கள் வீடுகளுக்கு முன்னால நிப்பாக. எட்டுப் பத்துன்னு மலை வவ்வாலுக விளக்குகளச் சுத்திப் பறக்குற பூச்சிகளத் தின்ன வரும். முள்ளுல மோதி அதுகளுக்க ரெக்கைக ஓட்டயாயி, அதுக கீழே விழும். அதப் பிடிக்கிறதுல எச்சரிக்கையா இருக்கணும், கடிச்சிப் போடும். ரெக்கையில இருக்கக்கூடிய நகங்களால நம்ம

உடம்பக் கிழிச்சும் போடும். ஒவ்வொண்ணும் மூணு ராத்தல் நாலுராத்தல் இருக்கும். வெட்டுக்கத்தியால தலையில ஒண்ணு போட்டுச் சமையலுக்குத் தயாராக்குவாக.

பெரீய வவ்வாலுக கிடைச்சா, அதுகளப் பக்குவப்படுத்தி உப்பு, மிளகு மஞ்சள் தடவிச் சுட்டுக் கள்ளுங் கூட்டித் தின்னுவானுக. அதக் கொளம்பு வச்சிச் சாப்பிடுவாக இன்னும் சிலர். வேட்டைப் பொருளல்லவா! எல்லாமே ருசிதான். நல்ல மருத்துவக் குணமும் வவ்வால் கறிக்கு உண்டு.

கருப்பட்டி, கிழங்கு, பயிறு வகைகள், பயித்தங்காய் வகைகள், நொங்கு, தவணு, இப்பிடி வீடு முழுசும் உண்ணும் பொருள்கள் நிறைஞ்சி கிடக்கும். எல்லாருக்குங் கொண்டாட்டந்தான். அவிச்சிப் போட்ட பயித்தங்காய் பெரீய சட்டியில கிடக்கும். காய முன்னம் பல்லால கவ்விப் பிடிச்சி, பக்குவமா உருவி, பயிறு முழுசும் வாயில இருக்க, பயித்தங்காத் தோலு மட்டும் வெளியே எடுத்திடுவாக. இளம் பயித்தங்காயப் பச்சையா அப்பிடியே சாப்பிடலாம்.

மூணு மாசத்துக்கு முன்ன மொளைக்கப் போட்டுப் பீலி வீட்ட பனங்கிழங்குக கைப்பருமனாப் பூமிக்குள்ள விளைஞ்சிக் கிடக்கும். குழி மேலே தண்ணிவிட்டு மம்பட்டியால ஒரு ஓரத்தில இருந்தே தோண்டிக் கிழங்குகள வெட்டுப்படாம அடர்த்து எடுப்பாக. மேல கிடக்குற பனங் கொட்டைகள ரெண்டா வெட்டினாச் சிலது குழுகுழுன்னு கஞ்சித் தவுணாயிருக்கும். சிலதுக இறுகின மொட்டத் தவுணா இருக்கும். மொட்டத் தவுணுதான் ருசி.

மொட்டத் தவுணுக்கு ஆசைப்படுறவங்க, மண்ணக் குவிச்சிப் பனங்கொட்டைகள அடுக்குறதுக்கு முன்ன, மண்ணுக்கு மேலே பனஞ்சில்லாட்டையப் போட்டு, அதுக்கும் மேல பனங் கொட்டைய நெருக்கமா அடுக்கி, அதுக்கும் மேல மண் விரிச்சி, வாரந்தோறும் தண்ணி விடுவாக. கிழங்குக முளைக்கும். சில்லாட்டயத் தொளச்சிக் கிட்டுக் கீழே இறங்க ஏலாம, கிழங்குக மொட்டிப் போகும். அப்பிடி மொட்டிப் போன முளைகள்ல கிழங்கு இருக்காது. ஆனா கொட்டைய மரக்கட்டையில வச்சி அருவாளால ரெண்டா வெட்டிப் பிளந்தா, அவுணு இறுக்கமா, வெள்ளையா, ருசியா இருக்கும். அபூர்வமான ருசி.

பொதுவா எல்லாருக்கும் விளைஞ்ச கிழங்க அவிச்சித் தின்ன ஆசை. மாவு திரண்டு, தடிச்சிக்கை பருமன்ல இருக்கக்கூடிய பருத்த கிழங்க அவிச்சி உரிச்சி ஒடிச்சி எடுத்துக்கிடுவாக. உப்பும் வெள்ளப்

பூண்டும் அம்மியில வச்சி அரச்சி, ஒரு பிலா இலையில வழிச்சி எடுத்துக்கிட்டு, ஒடிச்ச கிழங்குத் துண்டுகள அந்த உப்பு-பூண்டு அரைப்பை தொட்டுத் தின்னா அது தனீ ருசி. ஒவ்வொருத்தர் அம்பது கிழங்கு எழுபத்தஞ்சி கிழங்கு வர தின்னுவாக. உப்பு-பூண்டு அரைப்பைத் தொட்டுக் கிட்டாச் செரிமானப் பிரச்சினை வராது.

கிழங்கு ரொம்பக் கிடைச்சா, அத அவிச்சி ரெண்டாக் கிழிச்சித் துண்டு துண்டா ஒடிச்சிக் காயவச்சிப் பானையில போட்டு வைப்பாக. தேவைப்படும்போது எடுத்து இளம் அவியலா அவிச்சா அதும் ஒரு தனி ருசியா இருக்கும். கருப்பட்டி கூட்டித் திங்கலாம். கருப்பட்டியுந் தேங்காயும் கிழங்கோட சேத்து இடிச்சுந் திங்கலாம்.

22

திருக்கார்த்திகை அன்னிக்கி வீட்டுக்கு வீடு சொக்கப் பனை கொளுத்துவாக. ஒவ்வொரு வீட்டுக்கு முன்னாலயும் தெருவுல. சொக்கப் பனை நட்டுக் கொளுத்துவானுக அந்த அந்த வீட்டுப் பையன்க. பட்டாசுக்காரன் விக்கிற படக்குக, பட்டாசு, வாண வகைக, இதுகளப் பலர் சொக்கனுக்க உடம்புக்குள்ள புதச்சி வச்சிருவாக. சொக்கன் எரியும் போது பட்டாசு டபீர் டபீர்னு வெடிக்கும். வாணங்க தீப்பிடிச்சதும். வானத்த நோக்கிச் சீறிப்பாயும். ஒண்ணுல பொறிப் பொறியா நெருப்பத் தூவிக்கிட்டே ஆகாயத்தில போகும். அல்லது வானத்துக்குப் போயி படார்னு வெடிச்சி ஒளிக் கூட்டமா நாலா பக்கமும் சிதறும்.

கடைசியில, ஊர் அம்மன் கோயில்ல பெரிய சொக்கப்பன கொளுத்தி அம்மனுக்கு பூச குடுப்பாக. திருக்கார்த்திகைக்குப் பிறகு மழை கிழக்கே நெல்லை மாவட்டத்துக்குப் போயிடும் என்கிறது நம்பிக்கை. ‘விளக்கு வச்சா மழை கிழக்கு’ என்கிறது பழமொழி.

கார்த்திய மாசம் பேதித்தீனம் ஊர அழிக்கிற மாசம். அதுக்குப் பயந்து, பெரும்பாலும் ஒருத்தரும் மீனு கூட்ட மாட்டாக. ஆனா கையில கிளாத்தி மீனு மனம் போலப் படும். விலயும் ரொம்ப ரொம்ப மலிவா இருக்கும். எட்டுக் காசுக்குத் தோண்டி நிறையக் கிளாத்தி வாங்கலாம். வாங்கிட்டு வந்து அதுக்கத் தோல உரிச்சிக் கழுவித் தேங்காய் எண்ணெய் தடவிக் குழம்பு வச்சா, ஆட்டுக்கறி போல இறுக்கமா, ருசியா இருக்கும். கடல் தாயும் நிலத் தாய் போலத் தானே, ஒவ்வொரு பருவத்துக்கும் ஒவ்வொண்ணா விளைவிச்சி மக்களுக்கு ருசியாக் கொடுப்பா.

நல்ல மீன்பாடு இருக்கிற காலங்கள்ல, கடக்கரைக்குப் போய்ப் பெரிய பெரிய மீன்கள் வாங்கிச், சுத்தப்படுத்தி, உப்பு மிளகு தடவி, மண்ணுல அடுப்புத் தோண்டி. மேலே பனைமட்டைகள அடுக்கி, மட்டைக மேல மிளகு தடவிய மீன்களப் படுக்க வச்சிச் சுட்டுக் கள்ளையுங் கூட்டிச் சாப்பிடுவாரு மூர்த்தியாரு.

24

மூர்த்தியாருக்கு ஒரு சக்கடா வண்டி இருந்தது. வண்டியை ஓய்வு நாட்கள்ல கழுவி, சாம்பிராணிப் புகை காட்டி, ரொம்ப அரும்மையா வச்சிருப்பாரு. இளம் மாடுகளை அவர் கழுகு மலைச் சந்தையில போய்ப் பிடிச்சிட்டு வருவாரு. மாடுகளுக்கக் கொம்புகளச் சீவி, புதிய மூக்கணாங் கயிறு மாட்டி, பித்தளைக் கழுத்துமணிக தொங்கவிட்டுக் கொஞ்சுவாரு. மாடுக நடக்கும்போது கலிர் கலிர்னு கழுத்து மணிக ஒலிக்கும். மூர்த்தியார் வண்டி வருது என்கிறது தனியாத் தெரியும்.

தன் சக்கடா வண்டியில பக்கத்துக்கு நாலு நெடிய ஊனுகம்பு நட்டிருப்பாரு மூர்த்தியாரு. விளஞ்ச விடந்தைக் கம்புகளச் சீவி அமைச்சதுக அதுக. ரெண்டு வண்டிப் பாரத்த ஏத்தினாலும் ஊனிக்கம்பு விரிஞ்சி கொடுத்து ஏத்துக்கிடும். எந்தப் பாரத்தையும் தாங்கும். அது மட்டுமில்ல, வழியில எதிராளி எவனாவது தாக்கவோ, களவாடவோ வந்தா, ஒரு ஊனு கம்பப் பிடுங்கி ஒரு போடு போட்டாப் போதும், அவன் கத அதோட முடிஞ்சிடும்.

மூர்த்தியாருக்க மாடுக ரெண்டும் குதிரைக தான். எவ்வளவு பாரத்தையும் இழுக்கும். எவ்வளவு ஓடினாலும் வாயில நுரை தள்ளாது.

வண்டிக்கு ஒத்தையில மை போடுவாரு மூர்த்தியாரு. வண்டிச் சக்கரத்தை உருவிக் குறுக்குச் சட்டத்தைத் தோள்ல தாங்கிக்கிட்டு, அவர் அச்சுக்கு மை பூசுற அழகு பேரழகு. வைக்கோலச் சுட்டு விளக்கெண்ணெயில குழைச்சி அவரே தயாரிச்ச வண்டிமை. அத அச்சுக்கும், குடத்துக்கும் போட்டு, அவரே சக்கரங்களத் திரும்பவும் அச்சில மாட்டிக் கடையாணி செருவாரு. இதப் பார்க்கவே இளவட்டப் பயலுக கூடிடுவானுவ.

மூர்த்தியார் பேரு கேட்ட வர்மாணி, அடிமுறை, கம்பு வீச்சு எல்லாத்திலயும் வல்லவர். உள்ளூர் அடிமுறையெல்லாம் படிச்சிட்டு,

ராசாக்கமங்கலம் கடக்கரக் காணியாளர் குடும்பம் இன்னாசியார் கிட்ட ரெண்டு ஆண்டு வர்மக்கலை படிச்சாரு. இன்னாசியார் குடும்பம் ராசாக்கமங்கலத்துல பேர் கேட்ட குடும்பம். அவுக கடப்புறத்து ஆளுக, பெருஞ் செல்வந்தர்க. ஏகப்பட்ட வயலு, தோப்பு எல்லாம் அந்தக் குடும்பத்துக்கு உண்டு. ராசாக்கமங்கலம் இன்னாசியார் குடும்பத்துக்கச் சொத்துக ஈத்தாமொழிக்கு வடக்கேயும் கிட்டத்தட்ட ரெண்டு கல்லு பரவிக்கிடந்திருக்கு. பேர்கேட்ட கோவைக்குளம் செம்பகராமன் குடும்பத்துக்கு நிகரான குடும்பம் அது. பல சோடி வண்டிமாடுக அவுக தொழுவுல இருந்தது.

இன்னாசியார் குடும்பம் நிறைஞ்ச பக்திமான் குடும்பம். இப்ப ஈத்தாமொழிக் கோயிலுல இருக்கக் கூடிய அழகிய நாயகி அம்மன் புட்டாபுரத்தில இருந்து கடல் வழியா மெதந்து வந்து, இன்னாசியார் குடும்பத்து முன்னோர்கள் கடல்ல விட்ட வலையிலதான் முதன் முதலாச் சிக்கிச்சி. அவுகதான் அதக் கரைக்குக் கொண்டு வந்தாக. கடல்ல கிடைச்ச தெய்வம் அது என்கிற பெருமையோட, அதத் தங்கள் வீட்டிலேயே வச்சிக் கொஞ்ச நாள் வணங்கிக் கிட்டிருந்தாக. அப்பறந்தான் ஈத்தாமொழி நாடார் கனவுல அந்த அம்மன், தோன்றி, நான் இப்பிடியாக்கும் காணியாளர் வீட்டுலதான் இருக்கேன். என்னய மேள தாளத்தோட வந்து எடுத்துக்கிட்டுப் போயி உன் பூமியில வச்சிப் பூச பண்ணு. உனக்கு எல்லாச் செல்வமும் பெருகும், என்னு சொல்லியிருக்கு.

அதன்படி, ஈத்தாமொழி நாடாரும் அவாள் ஆளுகளும் மேளதாளங்களோட ராசாக்கமங்கலம் போனாக. போயி இன்னாசியார் கிட்டத் தன் சொப்பனத்தச் சொன்னாக. காணியாளருக்கு ரொம்ப சந்தோசம். முறைப்படி காணியாளர் வம்சத்தில மூத்தவருக்கு ஈத்தாமொழி ஆளுக புது வேட்டி புது முண்டு கொண்டு போனாக. அவுகளும் குளிச்சிப் புது வேட்டி முண்டு கட்டிக்கிட்டுத் தெய்வத்தச் சுமந்தபடி ஈத்தாமொழிக்கு வந்தாக. இன்னிக்கும் அந்தப் பழைய முறைய ஈத்தாமொழிக்காரளும், ராசாக்கமங்கலம்காரளும் கடைப் பிடிச்சி வாராக.

ஈத்தாமொழியில, அவக சொப்பனத்தில கண்டபடிக் கோயிலக் கட்டி அதுல அம்மன நிறுவி, இன்று வர பூச செய்துக்கிட்டிருக்காக.

இன்றும் ராசாக்கமங்கலம் காணியாளர் குடும்பத்து ஆளுக தங்கள் குடும்பத்தில நடக்கக் கூடிய நல்ல காரியங்களுக்குக் கடல் குளிச்சிப் புது ஆட கட்டிக்கிட்டுப் பழம் பூ வெத்தலபாக்கு எல்லாம் ஒரு தட்டத்தில ஏந்திக்கிட்டு அழகிய நாயகி அம்மன் கோயிலுக்கு

வாறாக. கோயிலுக்கு வந்து, அம்மனுக்குப் பூச செய்ய எல்லாச் சாமானும் பூசாரிக்கு வாங்கிக் கொடுத்துப் பூச முடிஞ்சதும், திருநீறு வாங்கி நெத்தியில பூசிக்கிட்டுத்தான், தங்கள் ஊர்ல உள்ள மாதா கோயிலுக்குப் போறாக. பாதிரியார்மாருக்கும் அது பற்றி எந்த வருத்தமும் இதுவரை இல்ல. மனித உறவுகள் மதத்த மீறி அப்பிடிப் பின்னிக்கிடக்குது அங்கே.

25

ராசாக்கமங்கலம் காணியாளர் பேர் கேட்ட வர்மாணி, குழந்தைகளை அகங்கையால ஏந்தி வாங்க மாட்டாரு அவரு. ஏனுன்னா வர்மத்தில விரல் தெரியாமப் பட்டுட்டா ஆபத்துன்னு பயம். அதனால, குழந்தைகளப் பொறங் கையாலதான் வாங்கி அணைப்பாரு. அந்த இன்னாசியார் கிட்டதான் மூர்த்தியார் வர்மக்கலை படிச்சாரு.

அப்றம், பண்டாரக்குட்டி ஆசான் கிட்ட வர்மம் படிச்சாரு. வீமன் வழி, அம்மன் வழி, சாமி வழி, என எல்லா அடவு முறைகளும் நடுவூர்க்கரை ஆசான்மார்கிட்ட படிச்சாரு.

நடுவூர்க்கரை ஆசான்மார் திடீர்னு யாருக்கும் இதுகளச் சொல்லிக் கொடுக்க மாட்டாக. ஆபத்தான கலைகள். தகுதியான ஆளுகளுக்குத் தான் இதுகளச் சொல்லிக் கொடுக்கலாம். இப்பிடித் தயங்கித் தயங்கியே அனேகக் கலைகள் அழிஞ்சே போச்சி. நடுவூர்க்கரை ஆசான் வீட்ல மூணாண்டு தங்கி, எல்லா முறைகள்லயும் வல்லவர் ஆனார் மூர்த்தியார்.

ஆனாலும் நிறைவு இல்ல அவருக்கு. மல்லன்விளை ஆசான்கிட்டே போயி, பூட்டும், பிரிப்பும் படிச்சாரு. அதோட பரம்பரையாத் தகப்பனார் சாமிக்கண்ணு மூலம் அவருக்கு வந்து சேர்ந்தது வைத்தியமும், வர்ம எண்ணெய்களும். அபூர்வமான சரக்குகள் அவை.

இந்தக் கலைகளெல்லாம் அந்தப் பனை மக்களுக்க வாழ்வோடும், கடல் மக்களுக்க வாழ்வோடும் ஊறினதுக. நாள் தவறினாலும் பனை ஏத்துக்காரமாரும் கடல் வேலைக்காரளும் அடிபட்டு எலும்பு முறியிறதும், மயக்கமடையிறதும், ஒரு நாளுங் குறையாது. இம்மாதிரி அடிபட்டு நொறுங்கி வாறவுகள இப்பவெல்லாம் பண்டாரக்குட்டி ஆசானுக்குப் பதிலா நேரே மூர்த்தியார்கிட்டயே கொண்டு வரத் தொடங்கிட்டாக.

பனையில இருந்து விழுகுறஆளுக பெரும்பாலும் எலும்பு நொறுங்கிச் சத ஒடஞ்சிக் கூழாகியே ஆசான்மார்கிட்ட வருவாக. மூர்த்தியார் கிட்ட இம்மாதிரி ஆளுகளக் கொண்டு வருவாக. தன் முன்னே நொறுங்கிக் கிடக்குற ஆளுகளுக்கு மூச்சு இருக்கா, ஓர்மை இருக்கா என்னுதான் மூர்த்தியார் முதல்ல பாப்பாரு. அப்றம் பூமியத் தொட்டு வணங்கிக்கிட்டுச் செத்த நேரம் அந்த நொறுங்கிக் கிடக்கிற ஆளக் கூர்ந்து பார்ப்பாரு. ஓர்மக் கேடு உண்டுன்னா, கீழே கிடக்கிறவன் உடம்புல பொருத்தமான இடத்துல பெருவிரலக் கொடுத்து ஒரு அழுத்து அழுத்துவாரு. உம்ம்... என்கிற முனகலோட அந்த ஆளு கண் திறந்திருவாரு. அவனுக்குச் சுடச்சுடச் சுக்குத் தண்ணி குடுக்கச் சொல்லுவாரு. அப்புறந்தான், எங்கே எலும்பு நொறுங்கி யிருக்குன்னு பாப்பாரு மூர்த்தியாரு.

முறிவுகள மூர்த்தியார் பொருத்திக் கட்டுற முறையும் அருமை. எப்பிடி விழுந்தா, ஏன் விழுந்தா, அடி எங்க பட்டுது, எப்பிடிப் பட்டுது, என்கிற மாதிரி அந்த ஆளுகிட்டக் கதை கேட்டுக்கிட்டே, மூர்த்தியாரு முறிஞ்ச இடத்தத் தடவிக்கிட்டிருப்பாரு. திடீர்னு ஆ.... என்று அலறுவாரு எலும்பு உடைஞ்ச ஆளு. அதுக்குள்ளே எலும்புகள இழுத்துப் பொருத்தி, நேராக்கி, மூங்கில் குச்சுகளச் சுத்தி வச்சி, மருந்தெண்ணெயில நனைச்சத் துணியால கட்டத் தொடங்கி யிருப்பாரு மூர்த்தியாரு. அவ்வளவு நுட்பம் அதுல அவருக்கு.

மூர்த்தியார் குடும்பத்துக்குன்னே பரம்பரையாகச் சில எண்ணெய்கள் உண்டு. முறிவச் சுத்தி மூங்கில் குச்சுகள் வச்சி, அந்த எண்ணெய்கள்ல நனச்சத் துணிகளச் சுத்திக் கட்டி முடிச்சா, பதினஞ்சாம் நாளுல அந்த ஆளு திரும்பவும் முருக்குத் தடியும், அருவாப் பெட்டியுமாப் பனைக்குப் போயிருவாரு.

மூர்த்தியார் வீட்டுக்குள்ள, மோட்டு வளையில இருந்து நாலு கயித்துத் துண்டுகள்ல ஒரு பலக தொங்கும். அந்தப் பலகையில கட்டுக்கட்டா ஓலைச் சுவடிகள் கிடக்கும். பெரும்பாலும் மருத்துவச் சுவடிக, அல்லது கதைப்பாடலுக. ஒண்ணு ரெண்டு வரலாற்றுச் சுவடிகளும், குடும்ப வரலாறுகளும் கூடக் கிடக்கும். எங்கேயாவது ஒரு புதுச் சுவடியப் பார்த்துட்டாப் போதும், எப்பிடியாவது அந்த ஆளை வசப்படுத்திச் சுவடியைப் பகர்ப்பு எடுத்திடுவாரு மூர்த்தியாரு.

இருட்டித் திண்ணைச் சுவர்ல இருக்கக் கூடிய மாடக்குழியில விளக்கேத்தினதும், வேண்டியவர்களக் கூப்பிட்டு, முத்தத்தில் உக்கார வச்சி, மாடக்குழி வெளிச்சத்தில ஏட்ட ராகம் போட்டு வாசிச்சி, விளக்கஞ் சொல்வாரு மூர்த்தியாரு. இறக்கும் வரை தகப்பனாரும்,

வைகுண்டசாமிகிட்ட போயி ஒட்டிக் கொள்ளும் வரை அண்ணன் சின்ன நீலனும், இதில கலந்து கொள்ளுவாக.

ஓய்வு நேரத்தில பொடியனுகளுக்கும் பொடிச்சிகளுக்கும் பனை ஓலைகளக் கீறவும் பெட்டி ஓலைக்கோ, கடவ ஓலைக்கோ, ஏட்டோலைக்கோ, இலக்குகள ஒழுங்குபடுத்தி நீள நீளமா வாரவும், தினிசு தினிசா நறுக்கவும், தேவைக்கேற்றபடித் துளையிடவும், கயிறு போட்டுக் கட்டவும், இலக்குகள்ல எழுத்தாணி பிடிச்சி எழுதவும் சொல்லிக் கொடுப்பாரு மூர்த்தியாரு.

இளவட்டப்பயல்களுக்கு மட்டுமல்ல, வயசுக்கு வந்த பொம்பளப் பிள்ளைகளுக்கும் வைத்தியமும், வர்மமும், சிலம்பமும், சொல்லிக் கொடுப்பாரு மூர்த்தியாரு. ஆம்பளப் பிள்ளைக மாதிரியே தாறுபாய்ச்சி நெஞ்சையுங் கச்சையால இறுக்கிக் கட்டிக்கிட்டுப் பொண்டுக சிலம்பக் கம்போடத் துள்ளிக் குதிச்சா, ஒரு மாதிரிப்பட்ட ஆம்பளப் பயலுக நடு நடுங்கிப் போயிருவானுக. அப்பிடி இருக்கும் அதுக உம்.... உம்....முன்னு கம்பு சுத்துற லாவகம்.

குஞ்சன் காட்டுல ஒரு ஆசாத்தி இருந்தா. பேர் கேட்ட வர்மாணி, தன்னப் பெத்தவிய கிட்ட இருந்து அந்த ஆசாத்தி கத்துக்கிட்ட போர்க் கலைகள் நிறைய. மார்த்தாண்டவர்மா மகாராஜா காலத்துல இருந்து உலோக ஆயுதம் எடுக்கிற உரிமை அடித்தளச் சாதிகளுக்கு மறுக்கப்பட்டுப் போச்சி. அது வடக்கன் கலையாக மலையாளச் சாதிகளுக்கே கற்பிக்கப்பட்டது. தெக்கத்திச் சாதிக இதனால தங்களுக்குத் தெரிஞ்ச சீன அடி, சிலம்பம், வர்மம், மல்யுத்தம், இதுகள்ல சிறப்புப் பயற்சி பெற்றாக.

26

அந்தக் காலத்தில் தீவட்டிக் கொள்ளக்காரமாரு அடிக்கடி ஊருக்குள்ள வருவாக. கொள்ளயடிக்கிறதுக்குப் பதினஞ்சி நாளுக்கு முன்னால ஊர்த்தலைவர் வீட்டு வாசலுல "நாங்க இன்ன நாளு ராத்திரி கொள்ளயடிக்க வருவோம்" என்னு ஒரு ஓலை இலக்குல எழுதிக் கூரை விளிம்புல செருகிக்கிட்டுப் போயிருவாக அவுக.

ஓலையப் பாத்ததும் ஊர்த்தலைவர் முரசடிச்சி ஊரக் கூட்டி, என்ன செய்யலாம்னு யோசிப்பாரு. எவ்வளவு பொன்னு, எவ்வளவு பொருளு குடுத்தாத் தீவட்டிக் கொள்ளைக்காரங்க திருப்திப்படுவாவுக என்னு ஆலோசிச்சி, ஊர்ல வசதியுள்ள ஒவ்வொருத்தரும் இன்ன

இன்ன கொடுக்கணும் என்கிறதத் தீர்மானிச்சி, அதுகளச் சேகரிச்சி, ஊர்த்தலைவர் வீட்டு முற்றத்தில் ஓலைப் பாயில, விளக்கு முகத்தில, வைப்பாக. அதோட, ஒரு இளங் கிடாயையும் அடிச்சிச் சோறு கறி ஆக்கி, அதை உண்ண ஏழு இலக்கு மடக்குப் பட்டைகளும் பிடிச்சி வைப்பாக. மீதிச் செல்வங்கள எங்காவது மறச்சிட்டு, ஊரை விட்டே போயிடுவாக.

கைகள்ல தீப் பந்தங்களோட தீவட்டிக் கொள்ளக்காரங்க ஊருக்கு வந்து ஊரச் சுத்துவாக. ஊர்த் தலைவர் வீட்டு முற்றத்தில விரிச்சி வச்ச வர்ணப்பாயில குவிச்சி வச்சிருக்கிற சாமான்களப் பாப்பாக. அவுக எதிர்பார்ப்புக்கு அது ஓரளவுக்குச் சரியா இருந்துதானா, அதுகள எடுத்துப் பங்கு போட்டுக்கிட்டுச் சமாதானத்துக்கு அடையாளமாச் சாப்பிட்டுக் கைகழுவி, வெத்தலையும் போட்டுக்கிட்டுத் தீவட்டி களையும் அணச்சிட்டுக் கிளம்பிடுவாக. திருப்தியா இல்லைன்னா அவுக கொண்டு வந்த தீவட்டியால ஊர்தலைவர் வீட்டக் கொளுத்திடுவாக. எல்லா வீடுகளும் தொட்டுத் தொடுத்துப் பனை ஓலைக் கூரைகள் தானே. ஊரே பத்தி எரிஞ்சிடும்.

ஒரு கடவ குஞ்சன் காட்டுக்குக் கொள்ளயடிக்க வாறதாத் தீவட்டிக் கொள்ளக்காரமாரு ஊர்த் தலைவருக்கு ஓலை விட்டாக. குஞ்சன் காட்டுத் தலைவர் வீட்ல தங்கப்பூ என்கிற ஒரு இளம் பெண் பெரியவளாகி வீட்ல இருந்தா. பேர் கேட்ட ஆசான் குடும்பத்து வாரிசு அவ. அவளே ஒரு தேர்ந்த ஆசாத்திதான்.

தீவட்டிக் கொள்ளக்காரளுக்கு அஞ்சி ஊரார் காணிக்கை செலுத்துறத அந்தத் தங்கப்பூ விரும்பல்ல. அவ சொன்னத ஊராரும் ஏத்துக்கிடல்ல. ஊர்த்தலைவர் வீட்ல முறைப்படி உணவு வகை களையும், பணத்தையும் வச்சிட்டு, ஊரார் வெளியூருக்குப் போயிட்டாக.

ஊர்த் தலைவர் மகளான தங்கப்பூ, மத்தவுகளோட ஊரவிட்டு வெளியேறல்ல. கோக்கதவு நடையில ஏறி, வெளியே யாருக்குந் தெரியாதபடி எட்டத்திலச் சுருண்டு படுத்துக்கிட்டா. ரெண்டாள் உயரமும், ஒண்ணரை ஆள் அகலமும் கொண்ட பெரிய்ய கோக் கதவு நடை அது. எட்டமும் பெரீசு. ஒரு ஆள் சொகமாப் படுத்துக் கிடக்கலாம். கையில தீட்டின பாளையருவாள வச்சிக்கிட்டா அவ. அதக் கழுத்துல குடுத்து லேசா இழுத்தாலே போதும், எதிரிக்கத் தல அறுந்து விழுந்துரும்.

தீவட்டிக் கொள்ளக்காரங்க வந்து ஊர்த்தலைவர் வீட்ல இருக்கக் கூடிய சாமான்களப் பாத்தாக. ஓரளவுக்குத் திருப்தி. சாப்பிட்டுக் கை கழுவி, வெகுமதிப் பொருள்களையும் பங்கு போட்டு எடுத்துக்கிட்டுத்

தீவட்டிப் பந்தங்கள அணைச்சிக்கிட்டு, ஒருத்தர் பின் ஒருத்தராத் திருப்தியா வெளியே போகத் தொடங்கினாக.

ஒவ்வொருத்தரும் வாச நடையைத் தாண்டத் தாண்டத் தங்கப்பூ தன் கையில இருந்த பாளையரிவாளால ஒவ்வொருத்தர் தலையையும் ஒரே இழுப்பா இழுத்துச் சீவினா. ஆறு பேரும் முண்டமாக் கீழே விழுந்தாக. ஏழாவதாக வெளியே வந்த கொள்ளைக்கூட்டத் தலைவன் எப்பிடியோ ஆறு பேர் செத்துக் கிடந்ததப் பாத்துட்டான். ஆறு தலைகளையும் பொறுக்கி ஒரு சாக்குல கட்டி, அதுகள மட்டுந் தூக்கிக் கிட்டு ஊருக்குப் போயிட்டான்.

ஊராருக்கு ரொம்ப மகிழ்ச்சி. அந்தப் பெண்ணைப் பாராட்டிக் கொண்டாடினாக. ஏற்கெனவே இவளப் பற்றிக் கேள்விப்பட்டிருந்த மூர்த்தியாரு இவளக் கலியாணம் பண்ணணும்னு ஆசைப்பட்டாரு. தன் தாயை அந்த வீட்டுக்குப் பெண் கேட்டு அனுப்பவுஞ் செய்தாரு. ஆனால் அந்தப் பெண்ணுக்க முறை மாப்பிள்ளை தங்கப்பூ தனக்குத்தான் உரிமைப்பட்டவள் என்னு அடம்பிடிச்சான். அவனும் ஒரு பேர் கேட்ட ஆசான் குடும்பத்து வாரிசுதான். பெண்ண விரும்புற ரெண்டு பேரும் ஒருத்தர ஒருத்தர் மோதுவோம், யார் செயிக்கிறாகளோ அவருக்கு அவ என்று முடிவு செய்தாக ஊர்க்கார.

மூர்த்தியாரும் அந்த முறை மாப்பிள்ளையும் ஒரு முழுநிலா நாள்ல மோதிப் பார்க்கிறதாக ஏற்பாடாச்சி. அம்மன் கோயில் மைதானத்தில பெருங்கூட்டம். மைதானம் நடுவுல ஒரு வட்டம் வரஞ்சி அதுக்க ஒரு பக்கத்தில இருந்து மூர்த்தியாரும், மறுபக்கத்தில இருந்து தங்கப்பூவுக்க முறை மாப்பிள்ளை வல்லன் குமாரனும் களத்துல இறங்கினாக. ரெண்டு பேரும் பெருக்கங் கூட்டிக் கவனமா அடவுகள நெருக்கினாக. திடீர்னு மூர்த்தியார் அவன் மேல பாய்ஞ்சாரு. ஒரே பிடி, கமுக் கூட்டு அடவு போட்டு அவனத் தூக்கி அறுவடைக் களத்தில தலையடி அடிக்கிறாப்ல தரையில அடிச்சாரு. மூர்த்தியார் போட்ட பூட்ட உருவி வல்லன் குமாரன் சுதாரிக்கிறதுக்குள்ள மூர்த்தியார் அவன தோளுல மிதிச்சி, மல்லாக்கத் தள்ளி, வயத்தில ஏறி உக்காந்து, அவனுக்க வலது கையப்பிடிச்சித் திருகத் தொடங்கினாரு.

கூட்டத்தில நின்னுக்கிட்டிருந்த அவனுக்க மாமன் மகளால தாங்கிக்கிட முடியல்ல. அய்யோ கொல்லுதானே, மாபாவி முறிக்கிறானே என்னு அலறுனா. சோடி சரியில்ல, இவன் முத்திப் போனவன். எங்க அத்தான் ரொம்ப இளையவரு, சமச் சோடிகள் மோதுறது தான் போர் தருமம்னு அவனுக்க மத்தச் சொந்தக்காரளும் சத்தம் போட்டாக.

தங்கப்பூவுக்குத் தன் மாமன் மகன்கிட்ட இருந்த பாசத்தக் கவனிச்ச மூர்த்தியாரு அவன் வயித்தில இருந்து துள்ளிக் குதிச்சி விலகிட்டாரு. அந்த ஆசாத்திய அவரு அதுக்கப்பறம் திரும்பியே பாக்கல்ல. அதுக்குப் பிறகு அவருக்கு இதுவர கல்யாண ஆசையும் வரல்ல.

27

வண்டி வரிசையில கடைசி வண்டிதான் மூர்த்தியாருக்க வண்டி. வைக்கோல் அடச்சச் சாக்கு மெத்தையில சாஞ்சி கிடந்துக்கிட்டு, வண்டி போகப் போக வானத்தப் பாத்துத் தானாப் பாடிக் கிட்டுக் கிடந்தாரு மூர்த்தியாரு. வயிரம் ஏறின ஆம்பளக் குரல் அவருக்கு.

சுத்தியொரு கோடி வெள்ளி- முத்தாரம்மா எங்க
சாதி சனம் அதுவல்லவோ முத்தாரம்மா
முத்தாரம்மா எங்க முத்தாரம்மா - நடுவே
முழு நிலவாய்ப் பொங்குறியே முத்தாரம்மா
அன்பு வடிவானவளே முத்தாரம்மா- உலகின்
அருள் வடிவாய்க் கனிஞ்சவளே முத்தாரம்மா
இன்ப வடிவானவளே முத்தாரம்மா எங்கும்
இனிமையாய் நிறைஞ்சவளே முத்தாரம்மா......

ஒரு தடவ கூடங்குளம் தாண்டி மாட்டு வண்டிக போய்க் கிட்டிருக்கையில, கடைசி வண்டிய ஆறு வழிப்பறிக்காரமாரு பின்னால இருந்து தாக்கினானுக. பாட்ட நிறுத்திக்கிட்டு, மூர்த்தியார் ஒரு ஊனு கம்பப் புடுங்கி, வண்டியில் ஏறிக்கிட்டிருந்த ஒருத்தன் மண்டையில ஒண்ணு போட்டாரு.

அய்யோ...... செத்தேன்னு அலறிக்கிட்டே அவன் சுருண்டு கீழே விழுந்தான். மீதி அஞ்சு பேரும் கைகள்ல இருந்த கம்புகளால மூர்த்தியாரத் தாக்கினானுக. மூர்த்தியாரு பேர் கேட்டக் கம்பு வீச்சாளராச்சா. வண்டிக்குள்ள தற்காப்புக்காகப் போட்டிருந்த ரெண்டு நெத்தி மூட்டுப் பிரம்புகளையும் உருவி வீசியபடிப் பம்பரம் போலக் கீழே குதிச்சி, திருடன்மாரத் தாக்கித் துரத்தினாரு. கடைசியில அகப்பட்ட ஒருத்தன வண்டி ஆரக்கால்ல கட்டி, நடுக்காட்டுல அவுத்துப் போட்டுட்டுப் போனாரு மூர்த்தியாரு. இப்பிடிப் பண்ணுறது அக்காலத்து வண்டிக்காரமாருக்க வீரத்துக்கு அடையாளம்.

ஒரு தடவ வண்டி நிறையப் புளி ஏத்திக்கிட்டு, மூர்த்தியாரு கோட்டாத்துக்கு வந்தாரு. கோட்டாறு முக்குல ஒரே போலிசுக்

கூட்டம். போலிசுக் கூட்டத்தப் பார்த்து மூர்த்தியாருக்க மாடுக மிரண்டு வண்டிய அங்கிட்டும் இங்கிட்டும் இழுக்கத் தொடங்கிச்சி. கைகள்ல மூவர்ணக் கொடிகள ஏத்திக்கிட்டு.

மகாத்மா காந்திக்குச் ஜே!
தியாகி ஈவி நாயுடு வாழ்க!
தியாகி பி. சிதம்பரம்பிள்ளை வாழ்க!

இப்பிடி முழக்கங்கள எழுப்பிக்கிட்டு, ஆளுக வரிசை வரிசையா ரோட்டோட போய்கிட்டு இருந்தாக.

தன் வண்டிய அவசரஅவசரமாக் கோட்டாறு பேட்டைக்குள்ள நிறுத்தி, வண்டித் தொட்டிலுல இருந்து வைக்கோல் அள்ளி மாடுகளுக்குப் போட்டுக்கிட்டு, ரோட்டுக்கு வந்தாரு மூர்த்தியாரு. மூவர்ணக் கொடிகளோட ஆளுக ஒருத்தர் பின் ஒருத்தரா வரிசை பிடிச்சி வலது கைகளத் தூக்கி முழக்கம் எழுப்பிக்கிட்டு போறதப் பாக்க அவருக்குத் தாங்காத ஆச்சரியம்.

திறந்து விடு! திறந்து விடு!
வைக்கம் தெருக்களை
அடித்தள மக்களுக்குத் திறந்து விடு!

நீக்கி விடு! நீக்கி விடு!
தீண்டாமைக் கொடுமையை நீக்கிவிடு!

அண்ணல் காந்தி வாழ்க!
தியாகி ஈவி நாயுடு வாழ்க!
ஞானி பி. சிதம்பரம்பிள்ளை வாழ்க!

அதிசயிச்சி வாயப்பிளந்துக்கிட்டு நின்ன மூர்த்தியாரு, ஓரமா நின்னுக்கிட்டு இருந்த ஒருத்தர்கிட்ட நைசாக் கேட்டாரு.

அய்யா, இவிய எல்லாம் ஏன் இப்பிடிச் சத்தம் போட்டுக்கிட்டுப் போறாக?

அதுவா, மலையாள நாட்டுல, வைக்கம் என்கிற ஊர்ல ஒரு கோயில் இருக்கு. பேர் கேட்ட சிவன் கோயில். நம்பூதிரிமாருக்கு உரிமைப்பட்டது அது.

அதுல என்ன?

அந்தக் கோயில் தெருக்கள்ல கூடத் தாழ்த்தப்பட்ட சாதி ஆளுக போகக்கூடாது.

தாழ்த்தப்பட்ட சாதின்னா யாரு?

ஒம்ம நெஞ்சப் பார்த்தாலே தெரியுதே. நீரு பனையேறிச் சாதி தானே!. உம்ம மாதிரிப்பட்டவிய அந்தக் கோயில் தெருக்கள்ல கூடப் போகப்படாது. உங்களுக்காகத்தான் இந்தப் போராட்டமே நடக்குது ஓய்!

சுருக்குன்னு தைச்சது மூர்த்தியாருக்கு. கேட்டாரு.

நாங்கன்னா, நாங்க மட்டுமா?

வயல்ல உழக்கூடியவுக, விதைக்கக்கூடியவுக, களை எடுக்கக் கூடியவுக, அறுத்து அடிக்கக் கூடியவுக, அப்றம், செருப்புத் தைக்கக் கூடியவுக, துணி வெளுக்கக் கூடியவுக, முகத்து முடி எடுக்கக் கூடியவுக, இவாள் யாருமே அந்தத் தெருக்கள்ல போக முடியாது.

அப்புறம் யாருதான் போகலாம்?.

மண்ணத் தொட்டு வேலை செய்யாமப் பிறர வேல வாங்கி வாழுற சுகஜீவனத்தார்தான் போகலாம். அதாவது உயர்ந்த சாதிக தான் போகலாம். அதாவது பிராமணமாரு, வெள்ளாளமாரு, நாயர்மாரு, செட்டிமாரு, இன்னும் வசதி உள்ள சில சாதிக போகலாம்.

இப்பிடியும் ஒரு சட்டமா? தூ! அந்தச் சட்டத்துக்க மூஞ்சியிலேயே காறித் துப்பினாரு மூர்த்தியாரு. வேலை செய்யாமப் பிறர உறிஞ்சி வாழுற அட்டைப் பயலுகள நியாயமா நாட்டுலயே வச்சிருக்கப்படாது. சரீ.... இவிய எல்லாரும் எங்க போறாக?.

இந்த மாதிரிச் சாதிப் பிரிவினைகளுக்கு எதிரா மக்கள் எல்லாரும் சமம், என்னு போராடப் போறாக.

அதுதான் ஓய், எந்த ஊருக்குப் போறாகன்னு கேக்கேன்?

வைக்கம் ஊருக்குப் போறாக. ஆளுக பலரும் போய்க்கிட்டு இருக்காக.

அய்யா, எனக்கும் அங்க போணும் போல ஆசையா இருக்கு. நான் வாறது வர இந்த வண்டியயும் மாட்டையும் பாத்துக்கிடுவீரா?. மாடுகளுக்கு வைக்கல் வச்சித் தண்ணி காட்டுனாப் போதும். உமக்கு ஒரு நாளைக்கு என்ன வேணும்?

ரொம்ப நேரம் கணக்குபோட்டுப் பார்த்துக்கிட்டு சொன்னாரு வண்டிப் பேட்டைக்காரரு. ஒரு நாளைக்கு ஒன்னரச் சக்கரம் விதம் தாரும். மாடுகளுக்கு வைக்கோலும் தண்ணியும் முறையா வைப்பேன். சாயங்காலம் ஆனா மாடுகளக் கொஞ்ச தூரம் காலாற நடத்தவும் செய்வேன்

28

மடியில இருந்து ஒரு முழுப்பணம் எடுத்து வண்டிப் பேட்டைக்காரன் கையில கொடுத்துக்கிட்டு, அந்தப் போராட்டக் காரஊோட ஓடுனாரு மூர்த்தியாரு. அங்க போய்கிட்டிருந்த மத்த யாரையும் அவருக்குத் தெரியாது. கடைசியில போன செட்டியாரு ஒருத்தரு மூர்த்தியார்கிட்ட பேச்சுக் கொடுத்தாரு. கொஞ்ச நேரத்தில ரெண்டு பேரும் நெருக்கமா ஆயிட்டாக.

புளி வித்தக் காசு மடியில இருந்ததா, மூர்த்தியாருக்கு வழிச் செலவுக்குப் பஞ்சமே இல்ல. வைக்கம் போராட்டத்தில ஈடுபடப் போற ஆளுக யாரும் சாதி பாக்கல்ல. மூர்த்தியாரத் தன் ஆளுகள்ல ஒருத்தராகவே அரவணச்சி நடத்தினாக. அது அவருக்கு ரொம்பப் புடிச்சிப் போச்சி.

போகப் போகப் பலரப் பற்றித் தெரிஞ்சிக்கிட்டாரு மூர்த்தியாரு. ஒரு பிராயக்கார மனுசர் சொன்னாரு: கூட்டத்துக்குத் தலைவர் யார் தெரியுமா? நெடு நெடுன்னு முன்னால போறாரே.... அவருதான். பேரு ஈ.வி. நாயுடு.

ஒருத்தர் சொல்லுகதப் பின்னால போறவிய ஏன் திரும்பச் சொல்லிக்கிட்டுப் போறாக.

அப்பதான் போராட்டக்காரஞுக்குக் கட்டுப்பாடு வரும். ஓய் நீருஞ் சொல்லும்.

சொல்லும் வே.

மகாத்மா காந்திக்கி ஜே....

முத்துக்கருப்ப புள்ளைக்கி ஜே..

மகாத்மா காந்தி யாரு?, முத்துக்கருப்பபிள்ளை யாரு? சன்னஞ்சன்னமா ஒவ்வொருத்தரப் பற்றியும் கேட்டுத் தெரிஞ்சிக் கிட்டாரு மூர்த்தியாரு.

நாளாக நாளாக, வீடு, வாசல், சாதி, சனம், எல்லாம் மறந்து போச்சி மூர்த்தியாருக்கு. வைக்கம் போராட்டக்காரஞுகளுக்கு வழி எல்லாம் பந்தல் போட்டு, வயிறாரச் சோறோ, கஞ்சியோ கொடுத்தாக ஊர்ச்சனங்க. மூர்த்தியாருக்கு எதுவுமே செலவு செய்ய வேண்டிய தேவை வரல்ல. சில இடங்களுல போராட்டக்காரஞுக்கு மோரு கொடுத்தாக. இன்னுஞ் சில இடங்களுல சோறு வடிச்சத் தண்ணீயில

உப்புப் போட்டு ஊறுகாயோட கொடுத்தாக. சில இடங்களுல மோர் மிளகாயும் பழந்தண்ணியுங் கொடுத்தாக. சிலரோ, சோறும் சாம்பாரும், அவியலுங் கொடுத்தாக. தின்னுத் தின்னுச் செழிச்சிப் போச்சி மூர்த்தியாருக்கு.

வடக்கே போகப் போகச் சுத்த மலையாள பாச. மூர்த்தியாருக்கு எதுவும் புரியல்ல. வேறு வேறு விதமான சனங்களப் பாத்தாரு அவரு. முன் குடுமி, பின் குடுமி, பக்கக் குடுமி. ஒவ்வொரு குடுமியும் ஒவ்வொரு சாதி அடையாளம் என்னு தெரீஞ்சி ஆச்சரியப்பட்டாரு மூர்த்தியாரு.

ஏ அய்யா, நாட்டுல இத்தனச் சாதிகளா? நம்ம சாதி மட்டுந்தான் நாடுபூரா இருக்கு என்னுல்ல நினச்சிக்கிட்டிருந்தேன்?

வைக்கத்துக்குப் போய் வந்த பிறகு மூர்த்தியாருக்குத் தன் வட்டாரத்தில் நல்ல பேரு. எல்லாரையும் அண்ணந்தம்பியா நடத்தத் தொடங்கினாரு அவரு. சாதி வித்தியாசம் பார்க்கல்ல. அதக் கிண்டல் செய்து அவருக்கச் சொந்தக்காரளே பலர் அவரச் சிரிச்சாக. அவர் கண்டுக்கல்ல.

ஒருக்கா, தூத்துக்குடி வண்டிப் பேட்டையில தெக்கத்தி ஆளுக வண்டிய நிறுத்தியிருந்த இடத்தில நாலு முரடனுக பேட்டைக்குள்ளே நுழைஞ்சி, அட்டகாசம் பண்ணுனானுக. மூர்த்தியாருக்க வண்டியில ஏறி நின்னு, மாங்காய்களக் கடிச்சிக் கடிச்சி மூர்த்தியார் மேலேயே எறிஞ்சானுக. தொடைகளத் தட்டி, "நீரு.... பெரிய சண்டியரோ? வைக்கம் போனா வீரம் அதிகமாகுமோ? சாமர்த்தியம் உண்டுமானா உம்ம சண்டித்தனத்த எங்ககிட்ட இப்ப காட்டும், பாப்போம்!" என்னு சவால் விட்டானுக.

மூர்த்தியார் கொஞ்ச நேரம் யோசிச்சாரு. வழி தெளிவாயிட்டு. பக்கத்து வண்டியில ஏறி, சந்தர்ப்பம் பார்த்து மறுவண்டிக்குத் தாவி அந்த நாலு பேர் கழுத்தையும் ஒண்ணாச் சேத்துப்பிடிச்சி இறுக்கினாரு. கழுத்து இறுகி, அவனுவ மூச்சுத் திணறித் துடிச்சானுக. சரி, பாவம்னு அவனுகள அப்பிடியே விட்டுட்டாரு மூர்த்தியாரு.

29

இன்னொரு தடவை மூர்த்தியார் தன் வரிசை வண்டிகளோட ராத்திரி குறும்பூர்ல தாவளமிட்டாரு. மாடுகளுக்கு வைக்கோல் உதறிப் போட்டுட்டு, மத்தவுக தங்கள் தங்கள் வண்டிகள்லயும், அங்கங்கே

கிடந்த கல்லுகள்லயும், தரையிலயும் படுத்துச் சடவாறத் தொடங்கினாக.

மூர்த்தியாருக்குத் தூக்கம் வரல்ல. கொஞ்ச தூரத்துக்கு அப்பால ஒரு ஆலமரத்துக்குப் படுக்கப் போனாரு. பளீர்னு வீசுற நிலா வெளிச்சமும், ஆலமரத்தடியில நிலா விரிச்சிருந்த நிழற்கோலமும் ரொம்ப வசீகரமாயிருந்தது, அந்த வெளிச்சம் மூர்த்தியாரு மனசில ஒருவித மயக்கத்த ஏற்படுத்திச்சி. காற்றும் சிலுசிலுன்னு சுகமா வீசிக்கிட்டு இருந்ததா. ஆலமரத்துக்கு அடியில் கிடந்த கருங்கல்லுல நீட்டி நிமிந்து படுத்தாரு மூர்த்தியாரு.

பக்கத்தில இன்னொரு கல்லுல இன்னொருத்தர் படுத்துக் கிடந்தாரு. அவர் விம்மி விம்மி அழுகுற சத்தங் கேட்டு மூர்த்தியார் திடுக்கிட்டு எந்திரிச்சாரு. அவர்கிட்டப் போயி, என்னப்பா, என்ன விசயம்? வெள்ளையுஞ் சொள்ளையுமா மாப்பிளக் கோலத்தில இருக்கிறியே? இங்க வந்து படுத்துக் கிடக்கிற? ஏன் அழுகுற? என்று அனுதாபத்தோட கேட்டாரு.

ஐயா, எனக்கு இன்னிக்கிக் காலையில தான் கல்யாணமே ஆச்சி. எங்க ஊர் வழக்கப்படி, என் பெஞ்சாதியோட இன்னிக்கி மொத மொதப் படுக்கதுக்கு எங்க ஊர்த் தலைவருக்குத் தான் உரிமை. அவர் இன்னும் கொஞ்ச நேரத்தில வந்திருவாரு. அதுதான் மனசு தாங்காம அழுறேன். என்னாரு அந்த ஆளு.

கேட்கக் கேட்க மூர்த்தியாருக்கு அதிர்ச்சியா இருந்தது. இது என்னடா விபரீதம்? இத ரெண்டுல ஒண்ணு பார்த்திருவோம் என்னு முடிவு செய்து, “உன் வீடு எங்க இருக்குப்பா?” என்னு கேட்டாரு.

கலியாண மாப்பிள்ளை எந்திரிச்சித் தன் வீட்டைக் காட்டினாரு.

சரி, நீ எங்கேயாவது ஒளிஞ்சிக்க. நான் போயி அந்த ஊர்த்தலைவரப் பார்த்துட்டு வாறேன் என்னு அந்த ஆள்கிட்டச் சொல்லிட்டு, அவர் காட்டின வீட்டுக்குப் போனாரு மூர்த்தியாரு.

மூர்த்தியாரக் கண்டு மணப்பெண் தன் சேலைக்குள்ள மறச்சி வச்சிருந்த கத்தியத் தூக்கினா.

“யாரு ஓய் நீரு? இங்க ஏன் ஓய் வாறிரு?”.

“அடேயப்பா இவ்வளவு வீரப்பெண்ணா நீ?” மூர்த்தியாருக்குப் பேராச்சரியம்.

எம்மா, நான் உன்னைய ஊர்த்தலைவர்கிட்ட இருந்து காப்பாத்த வந்திருக்கேன். இப்ப நீ எங்கேயாவது போயி ஒளிஞ்சிக்க என்னு

சொன்னாரு மூர்த்தியாரு. கொஞ்சம் யோசிச்ச அந்தப் பெண்ணு, அவர் சொன்னபடி பக்கத்தில போயி மறஞ்சிக்கிட்டா. அவ வீட்டுக்குள்ள நுழைஞ்சாரு மூர்த்தியாரு. அந்தப் பெண்ணுக்க முகூர்த்தப்பாயில, படுத்துத் தன் வேட்டிக்கு மேலே அவ சேலையால மூடிக்கிட்டாரு.

ரெண்டாஞ்சாமத்தில ஊர்த் தலைவர் தனக்குரிய அலங்காரங்களோட அந்த வீட்டுக்குள்ளே நுழைஞ்சாரு. எண்ணெய் விளக்கு மங்கலா எரிஞ்சிக்கிட்டிருந்து. படுத்துக்கிடந்த மூர்த்தியாரு மணப்பெண்ணு என்னு நினைச்சி, அவர் பக்கத்தில உக்கார்ந்து, உடம்பத் தடவத் தொடங்கினாரு ஊர்த்தலைவரு. கொஞ்ச நேரம் அவருக்குப் போக்குக் காட்டின மூர்த்தியாரு, திடீருன்னு அவர் மேலே பாய்ஞ்சி, அவர அடிச்சி நொறுக்கத் தொடங்கினாரு. இத எதிர்பாராத ஊர்த்தலைவர் பயந்து கூச்சல் போட்டாரு. வலி தாங்க முடியாம, அய்யோ, அம்மோன்னு கத்திக்கிட்டே, வீட்ட விட்டு வெளியே ஓடுனாரு அவரு.

ஓடினாலும் ஊர்த்தலைவரல்லவா! சட்டுப்புட்டுன்னு தன் ஆளுகளத் திரட்டிக்கிட்டு, மூர்த்தியார் வண்டியச் சுத்தி வளச்சாரு அவரு. கொஞ்ச நேரம் போக்குக் காட்டிப் பாத்தாரு மூர்த்தியாரு. வரவர ஊர் ஆளுக அதிகமாயிட்டாக. வேற வழியில்ல. அடிகள வாங்கிக்கிட்டே வண்டியில தாவி ஏறி, இருப்புச் சாக்குக்கு அடியில மறைவா வச்சிருந்த சுருட்டு வாள வெளியே எடுத்து வீசத் தொடங்கினாரு. நிலா வெளிச்சத்தில வாளு பளீர் பளீர்னு மின்னிச்சி. அதோட விஷ் விஷ் என்கிற சத்தம் எதிரிகளப் பயங்காட்டிச்சி.

சுருட்டு வாள் ரொம்ப ஆபத்தானது. உடம்புல பட்ட இடத்தத் துண்டா அறுத்திடும். எதிராளிக பயந்து பின்வாங்குனானுக. அர நாளிக நேரம் சரியான போர். எதிரிக ஒதுங்க ஒதுங்கத் தன் வண்டிய அவசர அவசரமாப் பூட்டிக்கிட்டுத் தன்னை விட்டுட்டு முன்கூட்டியே புறப்பட்டுப்போன மத்த வண்டிகளப் பிடிக்கத் தன் வண்டிய வேகமாப் பத்தினாரு மூர்த்தியாரு.

30

காவல்கிணறுல மத்த வண்டிகள அவுத்துப் போட்டிருந்தாக மற்ற வண்டிக்காரங்க. மூர்த்தியாரும் தன் வண்டிய அங்க நிப்பாட்டி, மாடுக ரெண்டுக்கும் தொட்டியில தண்ணி காட்டுனாரு. அதுகளுக்கு வைக்கோல் போடுறதுக்காக வண்டிக்கு அடியில் தொங்கின வைக்கோல் தொட்டியில கைய விட்டாரு. ஒரு கொண்டை முடி, அவர் கையில சிக்கிச்சி . அது பொம்பளத் தலைமுடிதானுன்னு தெரிஞ்சதும் படக்குன்னு கையை உருவிட்டாரு மூர்த்தியாரு.

இந்த மாதிரி வைக்கோல் தொட்டிலுகள்ல நடுக்காட்டு இசக்கி வந்து படுத்துக்கிடப்பா, தலைமுடியப் புடிச்சி வண்டிக்காரன் இழுக்குற நேரத்தில, அவுக மேல பாய்ஞ்சி, ஒரே அடியா நெஞ்சில அடிச்சிக் கொன்னு, ரெத்தங் குடிச்சிட்டு ஆகாய மார்க்கமாப் பறந்திடுவா, என்கிற மாதிரி பல கதைகள் அவர் கேள்விப்பட்டிருக்காரு.

ஒரு தடவை இது மாதிரி ஒரு தலைமுடிய வண்டிக்காரரு வைக்கோலுன்னு நினச்சி இழுத்திருக்காரு. இழுத்த இழுப்புல தலைமுடி தனியா வந்துட்டாம். என்னடா இதுன்னு அவர் யோசிச்சிட்டு நிக்கயில, தொட்டியில இருந்து சடைமுடியும், முண்டக் கண்ணும், கோரப் பல்லுமா வெளிய குதிச்சி, அவர் முன்ன நெடுநெடுன்னு நின்னுருக்கா ஒரு இசக்கி. இரும்பக் கண்டா எந்தப் பேயும் ஒதுங்கிக்கிடும் என்கிற நம்பிக்கையில, இவர் தன் இடுப்புல இருந்த மடக்குக் கத்திய நிமித்தியிருக்காரு. இசக்கி வானத்துக்கும் பூமிக்குமா அந்த ஆள் முன்ன முண்டமா வளர்ந்து நின்னாளாம். இரும்பக் கையில எடுத்துட்டியா, பொளச்சா என்னு சொல்லிட்டு, ஆகாய மார்க்கமா நெருப்புக்குவியலா எழும்பி மேலே மேலே போயி மறஞ்சிட்டாளாம்.

ஆனா இப்ப அப்பிடி ஒண்ணும் நடக்கல்ல. வைக்கோல்த் தொட்டிலுக்குள்ள கிடந்த உருவம் இறங்கி அவர் முன்ன மனுசரா நிமிந்து நின்னுது. அசந்து போனாரு மூர்த்தியாரு. அட, குறும்பூர்ல நாம காப்பாத்துனமே, அந்தக் கலியாணப் பெண்ணல்லவா?.

பால் நிலவு பளீர்னு அவ மேல அமுதத்தப் பொழியிது. உயிருள்ள சிலையா அவ கன்னங்கரேர்னு வாட்டசாட்டமா நின்னுக்கிட்டிருக்கா.

நீ.......?

அமுத்தலாச் சிரிச்சா அவ. ஆமா, நாந் தான். அந்த கலியாணப்பெண்ணே தான்.

“இங்க நீ....?”

“இவ்வளவு கூத்தும் நடந்த பிறவு, இனிமே அந்த ஊர்ல நான் எப்பிடி இருக்க முடியும்?. என்னால ஊர் மரபு மீறிப்போச்சுன்னு ஊர்க்காரனுக என்னயக் கொல்லுறதுக்குத் தேடிக்கிட்டுத் திரியிதானுக. அதுதான் ஒங்களோட ஒங்க ஊருக்கு வாறேன். ஒங்க வீட்டுப் பக்கம் ஒரு செருவப் பெர நாட்டித் தாருங்க. ஏதாவது வேல செஞ்சி அங்கேயே என் காலத்தத் தள்ளுவேன்.

அந்தப்பொண்ணுக்க தைரியத்தப் பாத்து மூர்த்தியாரு ரொம்ப அதிசயப்பட்டாரு. அவ பேர்ல அபார அன்பு ஏற்பட்டுட்டு அவருக்கு.

கொஞ்ச நேரம் யோசிச்சாரு. அவ சொல்லுறதும் நியாயந்தான். ஆளும் பார்க்க லெச்சணமா இருக்கா. ஆனா அவளுக்கச் சாதி.....?

நீ என்ன சாதின்னு ஒரு கேள்வி அவர் நாக்கு நுனி வர வந்தது. ஆனா, அந்தக் கேள்விய அவர் அதோட அமுக்கிக்கிட்டாரு.

"ஏட்டீ, நீ என்ன சாதின்னு எங்க ஊர்ல பலருங் கேப்பாக. நம்ம சாதிதான் என்னு பொதுவாச் சொல்லிரு. அதுக்கு மேல வாயத் திறக்காத", என்னாரு.

சம்மதிச்சித் தலையாட்டிட்டு, அவ துணிஞ்சி வண்டியில ஏறுனா.

உன் பேரு என்னட்டீ?.

பிச்சிப்பூ.

பிச்சிப்பூவுல இது கருப்புப் பூவா! அபூர்வந்தான். மூர்த்தியாரு அதிசயப்பட்டாரு. அவளக் கலியாணம் பண்ணலாமே என்கிற எண்ணம் அவருக்க அடி மனசில லேசா முளச்சது. ஆனா பிச்சிப்பூ சம்மதிப்பாளா? ஊர்க்கார சம்மதிப்பாகளா? மனம் குழப்பத்தில தடுமாறிச்சி.

பிச்சிப்பூவ ஊருக்குக் கூட்டிட்டுப் போயி, தன் அம்மயோட தங்க வச்சிக்கிட்டுத் திண்ணையில காவலுக்குக் கிடந்தாரு மூர்த்தியாரு.

நிலாவுல அவளப் பாத்தது திரும்பத் திரும்ப அவர் நினைவுக்கு வந்தது. அடேயப்பா, என்ன திருத்தம். என்ன அழகு. திண்ணையில படுத்திருந்தாலும் இதே நினப்புத்தான் அவருக்கு.

ஒருநாள் தன் தாயார்கிட்ட, எம்மா இந்தப் பிச்சிப்பூவக் கட்டிக்கிட ஆசையா இருக்கு. அவ இதுக்குச் சம்மதிப்பாளா என்னு கேளேன் என்னாரு.

சாயங்காலமா தாயார் வந்து "மக்கா எல்லாருக்குஞ் சம்மதமுன்னா அவளுக்குஞ் சம்மதம் எங்குறா, என்னா அவ. மூர்த்தியாருக்கு ரொம்ப ரொம்பச் சந்தோசம்.

31

ஒரு புதன்கிழமை தன் சொக்காரன்மாரையும், ஊர்ல உள்ள முக்கியப் பட்டவுகளையும், ஊர்த் தலைவர் தலைமையில அம்மன் கோவிலுல கூட்டிட்டு வந்தாரு மூர்த்தியாரு. பிச்சிப்பூவப் பாத்துக் கூட்டம் திருகத் திருக முளிச்சது. ஊர்ப் பொம்பளைக எல்லாரும் ஒருத்தருக்கொருத்தர் குசுகுசுத்தாக.

அட முத்தாரம்மா, கருப்புல இப்பிடி ஒரு அழகா!

உன் பேரு என்னட்டீ? கேட்டா ஒருத்தி.

“பிச்சிப்பூ”.

ஒங்க ஐயா பேரு?

“பெருமாக்குட்டி”

ஊரு..?

“குரும்பூருக்குப் பக்கத்து ஊரு”.

நீ என்ன சாதிட்டீ?

நம்ம சாதிதான். மூர்த்தியார் சொல்லிக் கொடுத்தத அணுப் பிசகாம அப்பிடியே சொன்னா பிச்சிப்பூ.

நம்ம அம்மனக் கொண்டு ஆணயிடு.

அம்மனக் கொண்டு ஏன் ஆணயிடணும்? மொறச்சா பிச்சிப்பூ. அம்மன் முன்னால நின்னு பொய்யுஞ் சொல்லுவாகளோ?.

இதுக்கு மேல என்னத்தக் கேட்க?. தெகச்சிப் போயி உட்காந்திருந்தாக ஊர்க்கார.

பிச்சிப்பூவ மூர்த்தியாருக்குக் கலியாணம் பண்ணி வைக்கிறதுல பிரச்சினை எதாவது வருமான்னு ஊராருக்குக் கொழப்பம். தீடீர்னு மொற மாப்பிள எவனாவது வந்து குறுக்க நின்னான்னா, என்ன பதில் சொல்லுறது? பெரீய்ய மானக் கேடாப் போயிடுமே!

அந்தக் காலத்தில மொற மாப்பிள்ளக்கித் தான மொறப் பொண்ணு. இது எழுதப்படாத சட்டம். அதுனால குரும்பூருக்கே ரகசியமா ஆள் அனுப்பிப், பிச்சிப்பூவுக்கத் தாயார்கிட்ட, அம்மா பிச்சிப்பூவ எங்க ஊர்ல யாருக்காவது கட்டிக் கொடுத்தா. அவளுக்க அத்த மவன் மாமன் மவன், என்னு எவனாவது சண்டைக்கு வருவானா என்னு கேட்டாக. அப்பிடி யாரும் இல்லய்யா. இவளக் கட்டிக்கிட்டு, ராத்திரி அழுதானே, அவன்தான் இவ மாமன் மவன் என்னு தாயார் சொன்னாக. அடுத்து, பிச்சிப்பூவக் கட்டினவன ரகசியமாத் தேடிக் கண்டுபிடிச்சி, எப்பா பிச்சிப்பூவக் கட்டிக்கிடுறதுக்கு நீ விரும்புதியா என்னு கேட்டாக. அவளக் கட்டிக்கிட்டு நான் பட்டபாடு போதும். வேண்டாம்யா அவ, என்னான் அவன்.

யாராவது ஆளுக பிச்சிப்பூவத் தேடி வருவாகளா என்னு ஒரு மாசமா எதிர்பார்த்தாக ஊர்க்காரங்க. இந்த ஒரு மாசத்துக்குள்ள

மூர்த்தியாருக்க வீர தீரம், அவர் வைக்கம் போராட்டத்துக்குப் போனது, எல்லாத்தையும் பல வழிகள்லயும் கேட்டுத் தெரிஞ்சிக்கிட்டா பிச்சி. கேட்டுக் கேட்டு இவர மாதிரி ஒரு மாப்பிள இந்த லோகத்தில எங்க தேடினாலும் கெடச்சாது என்னு அவளுக்குத் தோணிச்சி. கடைசியாப் பிச்சிப்பூவே பொறுக்க முடியாம ஒருநாள், மூர்த்தியாரு அம்மாகிட்ட எனக்கு இனி வேற எந்தப் பயலும் மாப்பிள்ளையா வரப்படாது. மூர்த்தியாரே போதும். என்னைய அவருக்குக் கட்டிக்குடுங்க. நாள் சொணங்குனா கெணத்துக்குள்ள விழுந்து சாவேன் என்னா. இனி என்ன செய்யிறதுன்னு ஊர்க்கார மொறப்படி நாள் நேரம் பாத்து ரெண்டு பேரையும் சேர்த்து வைக்க ஏற்பாடு செய்தாக.

“மறு நாளு, மொறப்படி முரசடிச்சி, ஊரக் கூட்டினாரு ஊர்த் தலைவர். முக்கியப்பட்டவுக கூடி ஆலோசிச்சாக. பல கேள்விகளும் அவகிட்டக் கேட்டாக. அவ ஒவ்வொரு கேள்விக்கும் டக்கு டக்குன்னு தெளிவாப் பதில் சொன்னா. அப்றம் என்ன? கலியாணமாகாத பொண்ண ஊருக்குள்ள ஆம்பள வாழுற வீட்டுக்குள்ளேயே எத்தனை நாள் வச்சிக்கிட்டிருக்க ஆகும்?. ரெண்டு பேரையும் சேத்துவச்சிட வேண்டியதான் என்னு முடிவு செஞ்சாக முக்கியப் பட்டவுக.

கலியாண ஆச இல்லாமத் திரிஞ்சவனாச்சே இந்த மூர்த்தியாரு. இவளக் கட்டுவானா என்கிறதில சிலருக்குச் சந்தேகம்.

ஏ மூர்த்தி, இவளக் கட்ட ஒனக்குச் சம்மதமா டே?

சித்த நேரம் யோசிச்ச மூர்த்தியாரு, அவ எண்ணத்தக் கேளுங்க என்னாரு.

அதா, ஒன் எதிரே தான நின்னுக்கிட்டிருக்கா, நீயே கேளேன், என்னாரு வைரமுத்து.

இதக் கேட்டதும் பிச்சிப்பூவுக்கக் கருப்பு முகம் வெக்கத்தில் சிவந்துட்டு. அவருக்குச் சம்மதமான்னு முதல்ல கேளுங்க, என்னா அவ.

இது என்னடே கூத்தாப் போச்சி? ரெண்டு பேரும் மாறி மாறி இப்பிடிச் சொன்னா, எப்பிடின்னாரு ஊர்த்தலைவர்.

யோசிச்சாரு மூர்த்தியாரு. வேற எவனும் நமக்கு முந்தி அவள நான் கட்டிக்கிடுறேன் என்று சொல்லிட்டா, பிரச்சனை பெருசாகிடுமே என்னு அவருக்கு அச்சம். அவளுக்குச் சம்மதமானா எனக்குஞ் சம்மதந்தான், என்னாரு சுருக்கமா.

ஒரு நல்ல நாள் பாத்து, அம்மன் கோயில்ல வச்சித் தாலிகட்ட ஏற்பாடு செய்தாரு ஊர்த் தலைவர்.

பிச்சிப்பூவும் மூர்த்தியாரும் அம்மன் முன்ன மாலை மாத்திக் கிட்டாக. அம்மன் முன்னே பூச முகத்தில வைக்கப்பட்ட ஒரு வர்ணப்பெட்டியப் பூசாரி எடுத்து, உள்ள இருந்த மஞ்சத்துண்டு கட்டின மஞ்சக் கயித்த வெளியே எடுத்தாரு. அத ஒரு தட்டத்தில பூச்சரம் மேலே வச்சி, "ஓய் சம்முவம், இத ஊர்க்கார எல்லாருக்கும் காட்டும். அவிய தொட்டு வாழ்த்தட்டும்" என்னாரு.

தட்டத்தில வெத்தல பாக்கு பூச்சரம் மேல இருந்த மஞ்சக்கயித்த எடுத்து மூர்த்தியார் கையில கொடுத்தாரு குடிமகன் சம்முகம். மூர்த்தியாரு அத நாவிதர் கையில இருந்து வாங்கி, பிச்சிப்பூ கழுத்துல கட்டுனாரு. மூர்த்தியார் குடும்பத்துப் பெண்டுக அத வாங்கிப் பிச்சிப்பூ கழுத்துல மூணு முடிச்சுப் போட்டு இறுக்குனாக. சுத்தி நின்ன பொம்பளைக ஓஓஓ...ன்னு கொலவை போட்டாக.

சாப்பாட்டுகாக ஆம்பளைகளும் பொம்பளைகளும் தனித்தனி வரிசைகள்ல உக்கார, ஒவ்வொருத்தர் முன்னேயும் ஏழு இலக்கு மடக்குப் பட்டைய வச்சாரு ஒரு இளவட்ட ஆளு. பட்டையில சாமைச் சோறு போட்டுச் சுடச்சுடப் பயத்தம்பருப்பு ஆணம் விட்டதும், பட்டையில இருந்து வந்த பனைஓலை வாசத்தில வாய் பூரா எச்சி.

32

யாரு என்ன சொன்னாலும், பிச்சிப்பூவுக்க நடை உடை பாவனை எல்லாமே வித்தியாசந்தான். தினமும் அவ பண்ணுற ஒப்பனை பொம்பளைகள ரொம்பவும் கவர்ந்தது. தலைமுடியச் சீவி ஒரு நாளு நடுவகிடு எடுப்பா. ஒரு நாளு பக்க வகிடெடுப்பா. இன்னொரு நாளு வகிடு எடுக்காம மழுங்கச் சீவுவா. ஒரு நாளு பேன் சீப்பால வழிச்சிச் சீவுவா, இன்னொரு நாளு பெரிய பல்லுச் சீப்பால தளர்த்தி நார் நாராச் சீவுவா, கொண்டைய நூறு விதமாக் கட்டுவா. பார்க்க அதிசியமா இருக்கும். சிலருக்குப் பொறாமையாவும் இருக்கும்.

நொங்குத் தின்னுட்டுப் போட்ட கூந்தல் காய்ஞ்சதும். அந்தக் கூந்தல எடுத்துப் பின்னந் தலையில வச்சி, தன் நீண்ட தலை முடிய அது மறையச் சுத்தி வட்டக் கூந்தல் கட்டுவா. ஒவ்வொரு வீட்டுக்கும் பின்னால பொம்பளைக குளிக்கிற இடத்த ஒட்டிப் பிச்சியும், முல்லையும், அடுக்கு மல்லியும் வளர்ந்து கொத்துக் கொத்தாப் பூத்துக்

கிடக்கும். அதுகளப் பறிச்சிச் சரமாக் கட்டிப் பந்துக் கொண்டையில பலவிதமான முறையில சுத்த மத்தவுகளுக்குச் சொல்லிக் கொடுப்பா பிச்சிப்பூ. மஞ்சளையும், சுண்ணாம்பையும் கணக்கா எண்ணெயில கலந்து உள்ளங்கையில தேய்ச்சி, நெத்தி, கன்னம், மூக்கு, கழுத்து, காது மடல் எல்லாத்திலையும் லேசாப் பூசி விடுவா. ஒரு பழந்துணியால எல்லாத்தையும் மேலோட்டமாத் துடைச்சிவிட்டா, அந்தப் பொம்பள கருப்பா சிவப்பான்னு சொல்லவே முடியாம முகம் அப்பிடி ஒரு நிறங் கொடுத்திரும்.

நீண்ட வடிகாதுல பக்கத்துக்கு நாலாகத் தொங்குற தண்டட்டிப் பாம்படம் அவ தலை ஆடும் போது அந்த வட்ட முகத்துக்கு அழகு கூட்டும். வாரத்துக்கு ஒரு நாளு பாம்படத்தக் கழத்தி சீயக்காத் தண்ணீயில ஊற வச்சித் தேச்சி அழுக்கு எடுத்து மினுக்குவா. நல்ல நிலாக்காலத்தில பாக்கணும் அவ அழக. உதடு சிவக்க வெத்தில போட்டுக்கிட்டு, அவ நிமிர்ந்து நின்னாக் கிறங்காத மனசுங் கிறங்கும்.

வாரத்தில ஒரு நாளாவது முளச்ச பயிறைப் புடுங்கி வேரை நறுக்கிக்கிட்டு மீதியை அழகாப் பனந்தும்புல தொடுத்து, பந்துக் கொண்டையில சுத்திக்கிட்டு அவ வந்தான்னா, பொம்பளைக்கே போதை ஏறும். வயிறு ஒடுங்கி, நெஞ்சு விரிஞ்சி ரெண்டு பக்கமும் உருண்டு திரண்டு பொங்கிக், கல்லுச்சிலை போலவே இருப்பா.

பிச்சிப்பூ முற்றம் தெளிச்சிக் கோலம் போடுற முறையும், வீட்டுக்குள்ள பசுஞ் சாணியால வரிவரியா வளச்சி மெழுகுற முறையும், அடேயப்பா... அஞ்சு விரலும் சாணியில பதிய, என்ன என்னப் பின்னலெல்லாம் தரையில கோலமா விழுந்துரும். ரசனையுள்ள பொம்பளைய அவ வீட்ட உத்து உத்துப் பாப்பாக. சிலர் பொறாம கூடப் படுவாக.

33

ஒரு நாளு அந்தி மயங்கின நேரம், வழக்கம் போல மூர்த்தியாரு சிலம்பஞ் சொல்லிக் கொடுக்க, நெத்தி மூட்டுப் பிரம்போட வடகாட்டுக்குப் புறப்பட்டாரு. நானும் வாறேன் என்னா பிச்சிப்பூ.

ஏட்டி, சிலம்பம் என்கது ஆபத்தான கலை. ஆண்களுக்கே உரிய கலை அது. கண்ணிமைக்கும் நேரம் பிசகினா, அடி வசக்கேடாப் பட்டு, எலும்பு முறிஞ்சிரும்னு எச்சரிச்சாரு மூர்த்தியாரு.

முறிஞ்சா என்ன? நீரு பெரிய வைத்தியரு தானே, பத்து நாளையில சரிபண்ண உட்டுரமாட்டீரா? என்னா பிச்சிப்பூ சிரிச்சிக்கிட்டே.

அந்த நேரம் கிழக்கு வானத்தில முழு நிலா தங்கக் குடம் போல மொளைச்சது. அந்த நிலவும் அத மறச்சபடி பிச்சிப்பூ முகமும்..... அடேயப்பா மூர்த்தியாரு பிரம்மிச்சே போனாரு. உன் அழகுக்கு முன்னால இந்த நிலா மங்கியே போச்சுட்டீ என்னாரு.

இந்தப் பேச்சொண்ணும் வேண்டாம் எனக்கு முறையாச் சிலம்பம் சொல்லிக் கொடும்.

சிலம்பம் கட்டாயம் படிக்கணுமாட்டீ?

ஆமா படிச்சணும், பிச்சிப்பூ அழுத்தமாச் சொன்னா? என் பிரியன்கிட்ட கருப்பட்டியுந் தண்ணியும் வாங்கிக் குடிக்கியதுக்கா இஞ்ச வந்தேன்? எனக்கும் அடி முறையும் வர்மாணியமும் சொல்லிக் கொடும்.

மூர்த்தியாருக்குப் பரவசமாயிட்டு. அவளையுங் கூட்டிக்கிட்டுச் சிலம்பக் களத்துக்குக் கம்பீரமாப் போனாரு.

சிலம்பக் களம் என்கிறது ஊருக்கு மேக்க இருந்த ஒரு அகலமான மைதானம். சுத்தி நாலுபக்கமும் பனை ஓலையால மறைச்சிருந்தது. இளவட்டப் பையன்க பலர் அங்க பயிற்சி செய்துக்கிட்டிருந்தானுக. தரை முழுசும் நல்ல குருத்து மணலு. எப்பிடி விழுந்தாலும் அடி படாது.

மொத நாளு சிலம்பம் கத்துக்கப் பிச்சிப்பூ தனியாத் தான் போனா. அவளப் பாத்ததும் எல்லாருக்கும் ஆச்சிரியம். ஆனா கம்பு வீச்சில மொதப் பாடத்த அன்னிக்கே அடவுகளோட அருமையாச் செய்து காட்டினா பிச்சி. கொஞ்ச நேரத்தில அனுபவப்பட்ட கில்லாடி போலத் துள்ளிக் குதிச்சிக் கம்ப வீசத் தொடங்கின அவளுக்க நேர்த்தியையும், வேகத்தையும் பார்த்து மூர்த்தியாருக்கே ஆச்சிரியமாப் போச்சி.

ஏட்டீ, நீ ஆம்பளயா பொம்பளையா?

ஒரு மாசமாகல்ல, பிச்சிப்பூவுக்கச் சிலம்பத்துக்கு ஈடு கொடுக்கப் படிச்ச பல ஆம்பளையளுக்கே ஏலல்ல. எங்க நம்ம மண்டைய ஒடச்சிடுவாளோ, என்னு அவளுக்கு எதிராக் கம்பு வீசுறதுக்கே பலர் பயப்பட்டாக.

தன் சாதிக் கொமரிகளுல நாலுபேரு, வண்ணாக்குடிப் புள்ள மரியபுட்பம். நாசுவக்குடிப் புள்ளைய சந்தனம், பவுர்ணமி, பறையர் குடிப்பொண்ணு லச்சுமி, ஆக எட்டு பேருஞ் சேந்து மூர்த்தியார்கிட்ட முறையா அடிமுறையுங் கம்பு வீச்சும் படிச்சாக.

படிப்புன்னா சாதாரண படிப்பல்ல, சாயங்காலம் ஆனா எல்லாருமே களத்தில கூடிடுவாக. கம்புக்குக் கம்பு ஒரசித் தீப்பொறி பறக்கும், எல்லாமே உச்சியில பூணு போட்டப் பிரம்பு.

வீக்கு வீக்குன்னு கம்பு எழுப்புற சத்தம் சுத்தி நிக்கப்பட்டவுகளப் பயந்து விலகிப் பின்வாங்க வச்சது.

ஆறு மாசத்துக்குள்ள இந்த ஏழுபேரும் பெரிய ஆசாத்திமார் ஆயிட்டாக. அவுக பேரும் புகழும் அந்த வட்டாரம் பூராப் பரவிச்சி. மேலும் மேலும் பொம்பளைக இந்த விளையாட்டுகளப் படிக்க அவளுகளத் தேடி வந்தாக.

ஆம்பளக் களரிக்குப் போகிறத நிறுத்தித் தங்களுக்குன்னு தனிக் களரி தொடங்கினா பிச்சி. அங்க எந்த நேரமும் கம்பு வீச்சுச் சத்தம் கேட்டுக்கிட்டே இருந்தது. நாளாக நாளாகப் பிச்சிப் பூ பேர் கேட்ட ஆசாத்தி ஆயிட்டா.

பிச்சிப்பூவும், அவ கூடச் சேர்ந்த மத்தப் பொம்பளைகளும் பக்கத்து ஊர்களுக்கெல்லாம் போயி, அங்குள்ள பொம்பளப் பிள்ளைகளுக்கும், ஏன், கலியாணமான சில பொம்பளைகளுக்கும் கூட கருக்கலுல போர்க்கலைகள் சொல்லிக் கொடுக்கத் தொடங்கினாக. நாங்க யாருக்காவது சொல்லிக் கொடுக்கணுமானா அந்த ஆளுக சாதி வேறுபாடு பாக்கக் கூடாது என்னு பிச்சிப்பூ பொம்பளைகளக் கட்டாயப்படுத்தினா.

திறமையில நம்பிக்கையுள்ள பொம்பளப்புள்ளைகளப் பொறுக்கி எடுத்து, அதுக கிட்ட சத்தியம் வாங்கிக்கிட்டு, வர்மம் சொல்லிக் கொடுத்தாரு மூர்த்தியாரு.

ஆக, ரெண்டு மூணு ஆண்டுகள்ல அந்த வட்டாரத்தில ஆங்காங்கே பெண்கள் களரிக முளைச்சிட்டு. மூர்த்தியாரு ஆம்பளைகளுக்கு ஆசான் என்னா, பொம்பளைகளுக்குப் பிச்சிப்பூ ஆசாத்தியானா.

34

அந்த நேரம் ஒரு சேதி நாடு காடெல்லாம் பரவிச்சி!

என்ன சேதி?

இசங்கன்விளை ஆண்டிச்சாமி குமார கோயிலுக்கு அக்கினிக் காவடி கட்டிப் போகிற செய்தி பரவிச்சி.

எப்பிடிப் பரவிச்சி?

பனந்தந்தி மூலமாப் பரவிச்சி.

பனந்தந்தியா? அது என்ன?

அக்காலத்துல செய்திகள ஊருக்கு ஊர் பரப்புறது பனந்தந்தி மூலந் தான்.

திருச்செந்தூர்ல இருந்து திருவனந்தபுரம் வரைக்கும் அன்னிக்கி ஒரே பனங்காடு தான. திருச்செந்தூர்ல ஒரு பனையில ஏறுன சாமர்த்திய முள்ள தொழிலாளி. பனைக்குப் பனை தாவி, நொங்கும், பயினியும் சாப்பிட்டுக்கிட்டே, திருவனந்தபுரத்துல போயி இறங்கிடுவான். கடக்கரைய ஒட்டி அப்பிடி அடர்ந்து வளர்ந்து கிடந்தது பனங்காடு. அந்தப் பனங்காடு முழுசும் இந்தச் செய்தி வாய் மொழி மூலமாப் பரவிச்சி.

என்ன செய்தி?

ஆளூர் பக்கம் இசங்கன்விளை என்கிற ஊர்ல ஆண்டிச்சாமி, என்னு ஒரு சாமியார் இருக்காரு. பேர் கேட்ட முருக பக்தர். ஆண்டுதோறும் திருச்செந்தூருக்கு 41 நாள் விரதமிருந்து காவடி கட்டிப் போவாரு. முருகா என்னு சொல்லித் தன் திண்ணையில குந்துறவுகளுக்குத் தவறாம கருப்பட்டியுந் தண்ணியும் கொடுத்து உபசரிப்பாரு.

ஒரு நாள் ராத்திரி ஆண்டிச்சாமி ஒரு சொப்பனம் கண்டாரு.

சொப்பனத்தில வள்ளி தெய்வானை சகிதம் முருகன் அவருக்குக் காட்சி அளிச்சாரு. பக்தா, உன் பக்தியை மெச்சினேன். நீ முறைப்படி விரதமிருந்து குமார கோயில் என் சன்னதிக்கு வா, என்னு சொல்லிக்கிட்டு மறைஞ்சிட்டாரு. ஒருநாளல்ல, பல நாளும் இதே சொப்பனம் திரும்பத் திரும்பக் கண்டாரு ஆண்டிச்சாமி.

ஆண்டிச்சாமிக்கு என்ன செய்யிறதுன்னு தெரியல்ல. அவர் சாதி ஆளுக குமார கோயிலுக்குள்ள நுழையச் சட்டத்தில இடங்கொடுக்காத

காலம் அது. உயர்சாதிக்காரனும் அதிகாரிமாரும் விடமாட்டானுக. ஆனாத் திரும்பத் திரும்பச் சொப்பனம் இப்பிடிக் காணுதே, என்ன செய்ய?

தனக்கு வேண்டப்பட்டப் பெரிய ஆளுகளையெல்லாம் சந்திச்சித் தன் சொப்பனத்தச் சொன்னாரு ஆண்டிச்சாமி. கேட்டவுக சந்தோசப் பட்டாக. முருகப்பெருமானே ஒம்மளக் கூப்பிட்டிருக்காரு. ஆண்டிச் சாமியாரே, நீரு தயார் ஆகும். நாங்க எல்லாரும் உம்ம பின்னால வாரோம். தைரியமா விரதமிரும். இப்ப நாங்க குமார கோயில் அதிகாரிமாருகிட்ட போயி இதச் சொல்லுறோம். சாமி சொப்பனத்தில சொல்லியாச்சுல்லா, நிச்சயமா அனுமதி தருவாக.

சொன்னபடியே, வட்டாரத்துப் பெரிய ஆளுக அஞ்சாறு பேரு குமார கோயில் அதிகாரிமார்கிட்டே போனாக.

அய்யா, ஆண்டிச்சாமி 41 நாள் விரதமிருந்து குமாரகோயில் முருகர தரிசிக்க வாறாரு. சொப்பனத்தில சாமி சொல்லித்தான் வாறாரு. அதனால அதிகாரிமாரு அனுமதி தரணும் என்னு தலைமை அதிகாரிகிட்டக் கேட்டாக.

அதிகாரி தன் சகஅதிகாரிமாரக் கூட்டி ஆலோசிச்சாரு. ஆண்டிச்சாமி விரதமிருந்து எலும்புந் தோலுமாத்தான் வருவான். கோயிலுக்குள்ளே போகுமுன்ன பூக்குழியில இறங்கித்தானே ஆகணும்.

பூக்குழின்னா இது லேசான பூக்குழியா? பத்தடி நீளம், அஞ்சடி அகலம், ரெண்டடி ஆழம் கொண்ட பெரிய நீள் சதுரக் குழியில விறகுக் கட்டைகள எரிச்சி எரிஞ்ச கங்குக துண்டு துண்டா உள்ளே விழுந்து, குழி நிரம்பிக் கிடக்குமே. அந்த நெருப்புத் துண்டுகதானே பூக்கள். அந்தப் பூக்கள மிதிச்சிக் குழியில நடந்து தானே ஆண்டிச்சாமி கோயிலுக்குள்ள வரணும். பூக்குழிய அவன் தாண்டும் போதே அவன நெருப்புல தள்ளிட்டா, நாம அனுமதி கொடுத்தது மாதிரியும் ஆச்சு, முருகனோட ஆண்டிச்சாமி அய்க்கியமானது மாதிரியும் ஆச்சு. அந்தக் காலத்திலயே நந்தன இப்படிதானே பூக்குழியில இறக்கிச் சிவனோட அய்க்கியமாக்கினோம், என்னு மனசுக்குள்ள நினைச்சுக்கிட்டு சரி சரி ஆண்டியக் கோயிலுக்கு வரச் சொல்லும் என்னுட்டாக.

அதிகாரிமாரு வரச் சொல்லிட்டாக என்கிற சேதி அர நாழியல்ல நாடு காடெல்லாம் பனந்தந்தி வழியாப் பரவிட்டு. அதாவது பனையில கிடந்து ஒருத்தனுக்கு ஒருத்தன் உற்சாகமாகக் கத்தினார்கள்.

அண்ணே, ஆண்டிச்சாமியாரு விரதமிருந்து குமாரகோயிலுக்குப் போறாராம்.

டேய் தம்பி, நாமும் கூடப் போவோமுலே.

நாமும் போவோம்டா தம்பீ.

ஆமாண்ணே, நாமும் போவோம்.

நாமும் போவோம். போயிக் கோயிலுக்குள்ளே நுழைவோம். ஆக பனங்காடெல்லாம் இதே சத்தந்தான்.

35

விரதம் இருந்து 41-ஆவது நாளு அக்கினிக் காவடி கட்டிக்கிட்டுக் குமார கோயிலுக்குப் புறப்பட்டாரு ஆண்டிச்சாமி. அக்கினிக் காவடின்னா எப்பிடி? வட்டமான ஒரு வெங்கலச் சட்டி. அதுக்க ரெண்டு பக்கமும் வளையம் மாட்டி சட்டி நிறைய தேங்காய்ச் சிரட்டைய எரிச்சிக் கிடைக்கிற தழலுதான் அக்கினி. அதுக்கச் சூட்டுல வெண்கலச் சட்டி சிவந்து பழுத்துப் போய் இருந்தது. சட்டிக்க ரெண்டு பக்கமும் பக்கத்துக்கு ஒரு வளையம். ரெண்டு வளையத்திலயும் ரெண்டு சங்கிலிய மாட்டி, மறுமுனைகள்ல இருந்த கொக்கிகள ரெண்டுபக்கமும் இடுப்புச் சதையில செருகி விட்டிருந்தாரு ஆண்டிச்சாமி.

அந்தச் சட்டிய இழுத்துக்கிட்டு, மேளதாளத்துக்குத் தக்க ஆடிகிட்டே குமார கோயிலுக்குப் புறப்பட்டாரு ஆண்டிச்சாமி. அவருக்குப் பின்னால ஆயிரத்துக்கும் அதிகமான ஆளுக படைதிரண்டு போனாக. கம்பு வீச்சு என்ன... சீனா அடி என்ன... குஸ்தி என்ன... முன்கர்ணம் என்ன..... பின்கர்ணம் என்ன..... பக்திப் பரவசத்தில மக்கள் வெள்ளம் அப்பிடி வெறி ஏறிப் போகுது. நேரம் ஆக ஆகக் கூட்டம் பெருவெள்ளம் போலப் பெருகுது. கோயிலுல நுழையணும். உயிர் போனாலும் நுழையணும்

இந்தக் கூட்டத்தில தான் ஆம்பளைகளோட ஆம்பளைகளாப் பிச்சிப்பூவும் அவளுக்கப் பொம்பளச் சேக்காளிகளும் தாறுபாச்சி, கச்சகட்டி தலையில தலைப்பாகையோட கம்பு வீசிக்கிட்டே போறாக. இவளுக ஆம்பளைகளா பொம்பளைகளான்னு யாருக்கும் சொல்லத் தெரியல்ல. பிச்சிப்பூ சிலம்பஞ் சொல்லிக் கொடுத்தப் பொம்பளப் படை மொத்தமும் கூட்டத்துக்க நடுவுல புலிக் கூட்டம் போலக் கம்ப வீசிக்கிட்டே போய்க்கிட்டிருக்கு.

வீ...வீ.... என்கிற பிரம்புச் சத்தமும், த...தீ.....தை என்கிற அடவுச் சத்தமும் கேட்டுக்கிட்டே இருக்கு. போதை ஏறுன பக்தர் கூட்டம் இந்த ஆசாத்திமாரையும் நடுவுல விட்டு இழுத்துக்கிட்டே கோயிலுக்குப் போகுது.

முருகா முருகா

குமார கோயில் முருகா

குமாரகோயில நெருங்க நெருங்கக் கொஞ்சம் பயந்ததுக, சடஞ்சதுக, பின்வாங்கி ஒதுங்குது. பிச்சிப்பூவும் அவளுக்க பொம்பளையளும் கூட்டத்த நெருக்கி நெருக்கி முன்வரிசைக்குப் போயிட்டாக. பிச்சிப்பூ பக்கத்துல மூர்த்தியாரும், அவருக்க ஆளுகளும் கர்ணம் அடிக்கிறதும், கம்புகள வீசுறதுமா அட்டகாசம் பண்ணியபடிப் போனாக. உயிர் போயிட்டாலும் சரி, இதுல எப்பிடியாவது செயிச்சிடணும்னு. கோயிலுக்குள்ளே நுழைஞ்சிடணும். அந்தக் கூட்டத்தோட ஒவ்வொரு அணுவும் இப்பிடியே வெறியேறித் துடிச்சிக்கிட்டிருக்கு.

கிட்டத்தட்ட 1500 பேரு குமாரகோயிலுல பூக்குழிக்கு இப்புறம் பூக்குழியில இறங்குறதுக்குத் தயாராத் தேங்கி நிக்கிறாக. அந்தப் பக்கமோ அதிகாரிமாரும், சீவாயிமாரும் உயர்சாதிமாருமாக் கொஞ்சம் பேரு அச்சத்தோட நின்னுக்கிட்டு இருந்தாக. இத்தனப் பெருங் கூட்டத்த அவுக எதிர்பாக்கல்ல. அவுக எதிர்பார்த்தது மிஞ்சி மிஞ்சிப் போனாப் பத்துப் பதினஞ்சி பேரு வருவானுக எல்லாரையுமே பூக்குழியில அமுக்கிடலாம் என்னு. இப்ப இந்தப் பெருங்கூட்டத்தப் பார்த்து என்ன செய்யிறதுன்னு தெரியாம கண்ணக் கண்ணத் தள்ளினாக அவுக.

ஏடோ, இது அக்கினிக் காவடி அல்ல, இது அக்கானிக் காவடியாணு எங்கிறானுக சிலசீவாயிமாரு.

நிசமும் அப்பிடிதான். அக்கானி- அதாவது பதநீர் வாசத்தில தான் மொத்தப் படையும் மிதந்து போய்க் கிட்டே இருந்தது.

36

கூட்டத்தப் பார்த்ததும் ஆண்டிச்சாமிக்கு பக்திவெறி தலைக்கு ஏறுது. உடம்பெல்லாம் முறுகி நடுக்கம் கொடுக்குது.

முருகா! முருகா!

வள்ளி மணாளா!

பூக்குழியில இறங்கி அங்கேயும் இங்கேயும் தாவிக் குதிக்கிறாரு ஆண்டிச்சாமி. சாதாரணமாப் பூசாரிமாரு பூக்குழிய ஓரமா நாலு எட்டு வச்சிக் கடந்து மறுபக்கம் போயிருவாக. ஆண்டிச்சாமியோ, அங்கும் இங்கும் ஓடி நெருப்புல குளிக்கவே செய்தாரு. நெருப்புப் பொறிகள நாலாபக்கமும் சிதறுது. அனல் தாங்காம, ஆளுக பின்வாங்கி ஓடினாக.

ஆண்டிச்சாமிக்க ஆதாளியப் பாத்துத் திகில் அடைஞ்சி போனாக அதிகாரிமாரு. உயர்சாதி ஆளுகளுக்கோ கோபம் உச்சிக்கு ஏறுது. இதோட இவன் கதைய முடிச்சிடணும் என்னு ரெண்டு பக்கமும் நின்னு கம்பால ஓங்கி ஓங்கி அவர அடிக்கிறாக. இந்த அடிகள தாங்கிக்கிட்டே ஆண்டிச்சாமி ஒரே தாவாத் தாவிக் கோயிலுக்குள்ள ஓடுனாரு.

அய்யோ, கோவிலுக்குள்ள ஆண்டி நொழயிறாம்பா! அய்யய்யோ, கோயிலே தீட்டாப் போச்சுதே. புடியுங்கடா ஆண்டிய! அடிச்சிக் கொல்லுங்கடா! நெருப்புல போட்டுப் பொசுக்குங்கடா!.

அவங்க கத்தக் கத்த, அவங்களுக்கு இடையே நுழைஞ்சி, முயல்போல முன்னால பாயிறாரு ஆண்டிச்சாமி. அதிகாரிமாரும், அவர வழிமறிக்க வேட்டை நாய்களாப் பின்னால ஓடுறாக.

எல்லாரையும் இடிச்சித் தள்ளினபடி முருகா முருகான்னு கத்திக்கிட்டே ஆண்டிச்சாமி கோயிலுக்குள்ள சரட்டுன்னு நுழைஞ்சி முருகன் முன்னால குதிச்சாரு. அவரக் காப்பாத்த ஓடின கூட்டத்தோட கூட்டமாப் பிச்சிப்பூவும் அவ ஆளுகளும் ஓடுறாக

37

முதல்ல இந்த பொட்டச் சிறுக்கிகளத் தடுத்து நிறுத்துங்கடா! உள்ள விடாதிகடா! பொம்பளைகள அடையாளங் கண்ட ஒரு அதிகாரி கத்துறாரு. ஆனா பிச்சிப்பூக் கூட்டமோ மின்னல் போலக் கம்பு வீசிக்கிட்டு முன்னால பாய்ஞ்சிச் சடக்குனு ஆண்டிச்சாமியோட முருகன் முன்னேயே போயிட்டாக. அவங்களத் தடுக்க யாராலும் முடியல்ல. அவ்வளவு வேகம்.

“முருகா, முருகா” ஆண்டிச்சாமி நேரே முருகன் முன்னாடியே போய் நெடுஞ்சாண் கிடையா விழுந்தாரு. முருகா முருகா என்னு துள்ளிக் குதிக்கிறாரு. அங்கிட்டும் இங்கிட்டும் உருளுறாரு. சீவாயிமாரு அவர அடிக்கிறதுக்காக அங்கிட்டும் இங்கிட்டும் பாயிறாக. அதுக்குள்ள ஆண்டிச்சாமியோட பிச்சிப்பூவும் அவளுக்க ஆளுகளும் உள்ளே நுழைஞ்சி, கையில கொண்டு போன பிரம்புகள

வீசி வீசி அதிகாரிமார ஓரமா ஒதுக்குறாக. இந்தக் கம்பு வீச்ச மற்ற யாரும் எதிர்பாக்கல்ல. திணறுறாக.

முருகனப் பார்த்த மகிழ்ச்சி தாங்காம ஆண்டிச்சாமி அடிகளையும் வாங்கிக்கிட்டு, உருண்டு புரளுறாரு.

முருகா..... முருகா...

வள்ளி மணாளா....

துப்பாக்கி துப்பாக்கின்னு கத்துறாக சீவாயிமாரு. நாலா பக்கமும் நின்னுக்கிட்டிருந்த சீவாயிமாரு தடிக்கம்பையும் துப்பாக்கியையும் தூக்கிக்கிட்டு ஆண்டிச்சாமிய அடிக்கச் சுத்துறதுக்குள்ளே, யாரும் எதிர்பாராமப் பிச்சிப்பூவும் அவ ஆளுகளும் ஆண்டிச்சாமிய மின்னல் வேகத்தில தூக்கித் தோளுல போட்டுக்கிட்டு வெளிய ஓடினாக.

வெற்றி! பெரும் வெற்றி!
வேல் முருகனுக்கு வெற்றி.
வெற்றி வெற்றி- எங்கள்
வள்ளியம்மனுக்கு வெற்றி.
வெற்றி வெற்றி
பெண்களுக்கு வெற்றி.
வெற்றி வெற்றி
எங்களுக்கு வெற்றி.
முருகப்பெருமான் வாழ்க.
குற வள்ளி வாழ்க.
ஆண்டிச்சாமி வாழ்க!

திகைச்சிப் போன சீவாயிமாரு ஆண்டிச்சாமிய அடிச்சிக் கொல்லக் கம்புகள வீசுறதுக்குள்ள, ஆண்டிச்சாமியத் தூக்கிக்கிட்டு வெளிய வந்துட்டாக பிச்சியும் அவளுக்க ஆளுகளும். எல்லாம் மின்னல் வேகத்தில நடக்குது.

சீவாயிமாருக்கெல்லாம் திகைப்பு. என்னடா, நாலஞ்சி பொட்டச்சிக ஒண்ணாச் சேர்ந்து இப்பிடிப் பண்ணிப் போட்டாளுகளே. ஆண்டிச்சாமியத் தூக்கித் தோள்ல போட்டுக்கிட்டு ஆடுறாளுகளே!. இது என்ன!. எல்லாம் பொட்டச்சி ராச்சியமாப் போச்சே!.

பொட்டச்சிகள அடிச்சிக் கொல்லுங்க.

முடியாது கொல்ல முடியாது - எங்க
வள்ளியக் கொல்ல யாராலயும் முடியாது.

ஆண்டிச்சாமியோட வெளியே வந்த பிச்சிப்பூவும் அவ களரிப் பொண்ணுகளும் வெற்றி வெறியில கத்துறாக.

வெற்றி! வெற்றி!

பெண்மைக்குப் பெருவெற்றி!

வெற்றி வெற்றி

வள்ளியம்மைக்குப் பெரு வெற்றி.

இப்ப பிச்சிப்பூக் கூட்டத்தப் பாராட்டி மூர்த்தியாரும் அவருக்கக் கூட்டமும் கத்துது.

வாழ்க! வாழ்க!
பொண்மை வாழ்க!
நடக்கும்! நடக்கும்! - எல்லாம்
பெண்ணால் நடக்கும்!
பெண்குலம் குலவ விட்டுக் கூத்தாடுது.
வானத்தில இருந்து தேன் மாரி போல நீர் மாரி பொழியுது.
கிழக்குப் பக்கம் மூணு வானவில்லு பளீர்னு வளையிது.
தொடர்ந்து பெண்களோட முழக்கம் கேட்டுக்கிட்டே இருக்கு.
நுழைந்தோம் நுழைந்தோம்
குமாரகோயிலுக்குள்ளே நுழைந்தோம்
நுழைவோம் நுழைவோம் - இனி
எல்லா கோயிலுக்குள்ளேயும் நுழைவோம்!
தொழுவோம் தொழுவோம்,
எல்லா தெய்வங்களையும் தொழுவோம்!.
திறப்போம் திறப்போம்
எல்லா வாசல்களையும் திறப்போம்
எழுகவே எழுகவே
பெண்மை ஆற்றல் எழுகவே
கூத்தாடுவோம் கூத்தாடுவோம்
தடைகளை உடைத்தெறிந்து கூத்தாடுவோம்.
கூத்தாடுவோம் கூத்தாடுவோம்
பெண்மை வெல்கவெனக் கூத்தாடுவோம்!

❋ ❋ ❋